தரணிக்கே தாயவள்

பதிப்பகம்

Tharanikke thaayaval

Edited by Kilaikshan

 Special credits to Absal Ahamed, Dr.Niveditha and Dr.Nitin Chopra.

ISBN (Paperback) - 9789390724130

First Edition : 2021

Book Design by POETRY WORLD

தரணிக்கே தாயவள்

தலைமை தொகுப்பாளர்

பார்கவி சிவபிரகாஷ்

தொகுப்பாளர்

மெ.அ.கிளைக்ஷன்

தரணிக்கே தாயவள்

"இவள் என்று பிறந்தவள் என்றுணராத இயல்பினளாம் எங்கள் தாய்" என்று முண்டாசுக் கவிஞன் உரைத்தைப் போல் நீடித்த தொன்மையும், தனித் தன்மையும், அழகும், பல மொழிகளுக்குத் தாயாக விளங்கும் ஆற்றலும் கொண்ட நம் தாய் மொழியாம் தமிழன்னையின் சிறப்புக்களை உள்ளடக்கி அமையப் பெற்றதே இக் கவிதைத் திரட்டு....

தலைமை தொகுப்பாளர்

இவள் திருமதி.பார்கவி சிவபிரகாஷ், மஞ்சள் மாநகரமான ஈரோட்டை சேர்ந்தவள். இவள் புனைப்பெயர் "கவியின் கவிதை". கணிதவியல் முதுகலை பட்டம் முடித்தவள். இன்று தன் கனவுகளை முழு மனதோடு ஆர்வமாய் பின் தொடர்கிறாள்.

தனது இன்ஸ்டாகிராம் பக்கத்தில் *(@kaviyinkavithai)* ஏறத்தாழ 2500க்கும் மேற்பட்ட குறுங்கவிதைகள், நீள்கவிதைகள் பல புனைந்துள்ளார். *Spectrum of thoughts*ல் இணை எழுத்தாளராகவும், தன் முதல் கவிதை திரட்டான "*Enticement of fondness*/காதலின் தாகங்கள்" தொகுத்துள்ளார். இப்பொழுது *Poetry World Organisation*ல் தலைமை தொகுப்பாளராய் பல கவிதை திரட்டினை வழங்கி வருகிறார்.

மெய்யோடு கலந்த உயிர்

பக்கம் வந்து
மாங்கல்யமிட்டு
அச்சம் போக்க
மஞ்சம் வந்து
கட்டியிழுத்த
கண்ணவன்,
முத்தம் பதித்து
எந்தன் மீதான
சொப்பனத்தில்
அம்பலமான
மெய் தீண்டலின்
கோர்வையாய்
பால்நிலாவில்
செவ்வக இதழில்
தாழ்ப்பாளிட்டு
உள்ளிழுத்து
ஏற்றம் கொண்டான்
என்னவனாய்..!

கவியின் கவிதை

தொகுப்பாளர்

இவர் மெ.அ.கிளைக்ஷன். ஈழநாட்டின் முல்லைத்தீவிலுள்ள நெய்தலும், மருதமும், முல்லையும் சூழ்ந்த இரணைப்பாலை எனும் ஊரைச் சேர்ந்தவர். கவிதைகள் மேல் கொண்ட ஆழமான காதலினால் தானும் கவி பாடத் தொடங்கியவர்.

தமிழ் மொழியைத் தன்னுயிரிலும் மேலாக நேசிப்பவர். ஆதலால் முதுகலை வரை தமிழிலக்கியம் பயின்றவர். பல நூல்களிலும், இதழ்களிலும், ஆய்வரங்கங்களிலும் கவிதைகள், கட்டுரைகளை எழுதியுள்ளார். கவியரங்கங்கள் பலவற்றில் கவிபாடியுள்ள இவர் "தமிழ்க் கவி" என்ற பெயரில் யூடியூபில் தன் கவிதைகளைப் பதிவேற்றியும் வருகின்றார்.

அருள்செய் என் தமிழ்த்தாயே

உன் பெயர் கேட்டவுடன்; ஏனோ
உளமெல்லாம் நெகிழ்ந்து போகுதே

என் பிள்ளைத் தமிழே; தானாய்
எண்ணங்கள் மகிழ்ந்து கூடுதே

நின் பெயரிலும் கொண்டாயே; தேனாய்
நிலைத்த பெரும் சுவையமுதை

ஈடற்ற இயல்புடை இலக்கணம்-உன்
இளமைக்குச் சாட்சியன்றோ?

வாடாத வனப்புடை இலக்கியங்கள்-நின்
வளமைக்குச் சாட்சியன்றோ?

தொடுக்காத பாவகை ஏதுமுண்டோ-அவையுன்
தொன்மைக்குச் சாட்சியன்றோ?

பூவாரம் தாங்கிய பூமகளே
பூவையரின் புன்னகையில் புதைந்தவளே

தேவாரம் இசைத்திடும் தேன்தமிழே
தேனிலா போல மின்னும் தேவதையே

நாவார நானும் உனை பாடுதற்கு
நாளும் நாடிவந்து அருள்புரி தாயே...

மெ.அ.கிளைக்ஷன்

உள்ளடக்கம்

அன்னைத் தமிழ்

தொட்டிலில் குழந்தை அழ
தாலாட்டுத் தாய் பாட,
தாய்மொழி தமிழே
குழந்தைக்கும் அன்னைக்கும்
தாயான தமிழும் நீ தான்.

நடவு நடும் மங்கையரெல்லாம்
நடவுப் பாட்டுப் பாட,
குப்பம்மா முனியம்மா
கும்மிப் பாட்டுப் பாட,
நாற்று வயலெல்லாம்
நாட்டுப்புற பாட்டுக் கேட்க,
நடவு நடும் பெண்டுகளுக்கும்
மாடு மேய்க்கும் சிறுவர்களுக்கும்
நீயே தரணி போற்றும்
தாயான தலைமைத் தமிழ்.

கிராமங்களில் கொஞ்சும் தமிழும்
நகரங்களில் அழகுத் தமிழும்
அன்றாட மக்களுக்கு
அன்னைமொழியாய்
நம் தமிழ்மொழி.

நா.ப. மணிகண்டன்

அகிலத்தின் முதலே

தரணியில் தோன்றிய முதலே!
தமிழியாய் ஒளித்தாய் நீயே!
தொன்மையின் தூய்மையே!
திராவிடத்தின் தாயே!
உன் மடியில் தவழ்ந்த
தொல்காப்பியரின் இலக்கணமே!
கபிலரின் அரணே!
கம்பரின் மந்திரமே!
இளங்கோவின் உளியே!
உன்னால் தோன்றிய தரணியில்
உன்னை மட்டும் சுவாசிக்கும்
ஒரு புழுவாய்....

பூவிழி தென்றல்

அதிசயமே அதிசயிக்கும் என் தமிழ்மொழி

என் அன்னை சொன்ன மொழி

ஆதியில் பிறந்தமொழி

மூலமுதலான மொழி

மொழிகளுக்கே மூத்தமொழி

என்தாய்மொழி தமிழ்மொழி

ஒப்பற்ற என்தமிழ்மொழியை

ஓதுபவர் ஒருநாளும் சிற்றவராய்

எண்ணியே சிரந்தாழ்த்தி நின்றதில்லை

மாறாக நெஞ்யுயர்த்தி பெருமிதமாய்

வாழ்கின்றார் பாரினிலே

என் தாய்மொழியின் பெருமைதனை

ஒற்றைவரியில் கூறஎண்ணியே

தோற்றுப்போனேன்

ஆதலால்

அதிசயமே அதிசயிக்கும் என்தமிழை

எட்டாவது அதிசயமாய் சேர்த்துவிடப்போகிறேன்...

பருத்தியூர் லோஜி

அ' முதல் ஔ' வரை

அகிலம் ஆளும் மொழியே!

ஆதாரம் நீயே!

இன்றும் வாழும் கவியே!

ஈன்றெடுத்த இசையே!

உயிர்ப்பிக்கும் கனியே!

ஊடலில் உறவாடும் தேடலே!

எங்கும் நிறைந்தவளே!

ஏகாந்த நிலவே!

ஐயம் தவிர்க்கும் துணையே!

ஒன்றா இரண்டா!

ஓராயிரம்

கவிபடைக்கிறேன் தமிழே நல்

ஔடதமே....

தலை வணங்குகிறேன் என்றும் காவியனாய்....

சாலமோன்.எ

அழகுத் தமிழ்

அம்மா முதல் அய்யோ வரை
அவள் மடியிலே தவழ்ந்து
ஆசை கொஞ்சும் அழகுத் தமிழ்
அவள் வழியிலே மகிழ்ந்து
இனிதும் கண்டிட செய்தவள்..
ஈன்றவளாய் இன்னோர்
உயிர் தந்தவள்..!!
நட்சத்திர மொழிகளுக்கிடையில்
நிலவாய் நிற்பவள்..!!
எண்ணிலடங்கா எண்ணங்களில்
என்னோடு தொடர்பவள்..!!
தென்றலாய் வந்து எனைத்
தீண்டிச் சென்றவள்..!!
எட்டுத்திக்கும் பறந்தெனக்கு
தைரியம் சொன்னவள்..!!
ஒப்பிடுகையில் ஒப்பனையும்
அழகுறும் அவள் அருகே..!!
என் அழகுத் தமிழ் (அவள்) அருகே..!!

சண்முகப்பிரியா சா

ஆதியூற்று

இறைத்தொட்டிலிலே பிறந்தவளே
சங்கக் கட்டிலிலே தவழ்ந்தவளே
பார் மெட்டினிலே உறைபவளே
ஐந்திலகணமாய் திகழ்பளே..!
காப்பியச் சோலைதனைச் சேலையென நீ உடுத்தி,
அகம் புறம் இரண்டை உடல் உயிரென நிறுத்தி,
தங்கம் போல் சொல்லெடுத்து அங்கம் நிறைபவளே...!
கொங்குத் தமிழ் அத்தனையும்
பொங்கி வந்து பாடிட,
வஞ்சித் தமிழ் அத்தனையும்
கொஞ்சி மொழி பேசிட,
சங்கத்தமிழ் புகழ் பாடும்
எங்கள் தமிழ் நீயடி...!
கற்பனைக்கெட்டா களஞ்சியமாகி,
சொற்பனம் நீயென செங்கோல் தாங்கி,
வந்தாய் நாவில் என் தாய் போலே...!
உணர்வாய் வந்த நறுந்தமிழே
என் உயிரையும் உணர்வையும்
என் நாவினில் நின்று தரணியாள
கவியின் வழியாய் வளர்பவளே..
நீ வாழிய வாழியவே..!

கருவை ந.ஸ்டாலின்

இயற்கைத் தமிழ்

மணம் கமழும் தமிழே
உனக்கு வயது வானமோ..?
மண்ணில் மறைந்தாய்
கடலில் கரைந்தாய்
இருப்பினும் இன்னும் வாழ்வாய்..!!!
மூதுமொழியென பட்டம் கொடுத்தும்
இளமைத் தமிழென ஊறுகிறாய்..!!
இலக்கணத்தை இசையாய் எங்கோ கற்றுத்தேர்ந்தாய்..!!
காலத்தில் மாறினாலும்
களங்கத்தில் நீ சிக்குவதில்லையே..!!
சீர்மிகு சிந்தனையில் நீ
சிறிதளவும் குறையவில்லையே..!!
எங்கள் அகப்புற அகவோசையில்
சிறப்புற வாழ்பவளும், வாழ்வு தந்தவளும் நீர் தானே.!
அறிவியலும் வியக்கும் அறியாமையிலும்
திகைக்கும் உன் ஆளுமையில்..!!
இயற்கையில் அதிசயமாய் நீ பேறு பெறுவாய்..!!
இணையத்திலும், இதயத்திலும்
வாழ்க தமிழ்..!! வளர்க தமிழ்..!!

'இளம்' அழகர் செல்வராஜ்

இளந்தமிழே! நீயிருக்க!

ஆழிமழைப் போல்விழுந்து அடிமனதில் பரவும்தமிழ்
தாளிரண்டை என்கவிதை தழுவுகின்ற போதென்றன்
தோளிரண்டை தமிழ்மாலை தொட்டணைக்கும்;
அந்தநொடி
ஏழிரண்டு பிறப்புணர்த்தி இன்பத்தில் எனையாழ்த்தும்!
எழுதுகோலின் நடையெல்லாம் இனியதமிழ் வேர்நீட்டும்
விழுதுகோலின் கவிமலர்ந்து விரல்நீள அதைநெஞ்சம்
தொழுதுகேள் எனக்கெஞ்சும்; தொழாமலே
அன்னையவள்
பழுதறவே என்கவியைப் படைத்திடவே
துணைநிற்பாள்!
மணங்கமழும் சொற்களிலே மயங்கியெழும்
எண்ணத்தில்
தினமுன்றன் அடிதொட்டு தேன்மொழியன் கொண்டசிறு
மனம்பொழியும் கவிதையைநீ! வாழ்த்துகின்ற
அந்தவொரு
கணம்போதும் என்வாழ்வின் கனம்குறைந்து
மகிழ்வூறும்!
அமுதுனக்கு அடுத்தபடி அருந்தமிழே! உன்சிறப்பை
எமதுயிரில் தொடுத்தபடி இன்பமுறும் என்றனிரு
இமைதிறக்க என்னெதிரில் இளந்தமிழே! நீயிருக்க
அமைந்துவிடில் போதுமென்றன் அழகுகவி
அறுதிபெறும்!

பாடலாசிரியர் தேன்மொழியன் பெங்களூர்

இன்னொரு தாய்

பழம்பெரு நூல்களையும் இன்றியமையாத
வளமிகு இலக்கண இலக்கியமும் வகுத்து
ஈராயிரம் ஆண்டுப் பழமையைப் பறைசாற்றி
தமிழென்ற சொல்லுள் பதினொன் பண்பை உள்ளடக்கி
முடிவற்ற பழமை புதுமைக்குள் தன்னை
புதுப்பித்துக் கொண்டே தனித்தியங்கி
பிறமொழக் கூட்டணியில் சேரா அழியாச்
செம்மொழியே
மரபணுவில் ஊறிய மாசற்ற மதியே
உனை வளர்க்கவே எனை வளர்க்கும் இன்னொரு தாய்
அல்லவா நீ
தமிழின்றியமையாது யாவுக்கும் ஆதியாய்
நிகரில்லா நிதர்சனம் எங்கள் தமிழ்.

Sathishkumar M

உயிர்த் தமிழ்

தாயின் வயிற்றில் உருவாகும் முன்னே
உணர்வுகளால் உணர்ந்த உயிர்த் தமிழே
அன்னையின் தாலாட்டில் உன்னை இரசித்தேன்
நூற்றாண்டு கடந்த தொன்மைத் தமிழே
தொழிநுட்பம் வளர்ந்தும் வாழும் தமிழே
என் நாடி நரம்புகள் எல்லாம்
உன் புகழ் போற்றி நிற்கிறதே
பொங்கலும் தோற்றதே தமிழின் சுவைகண்டு
ஔவைப் பாட்டியை சுட்ட தமிழே
தமிழைச் சுவைத்தே பாரதியை வளர்த்ததுவே
கம்பன் கவிதனில் கொஞ்சி விளையாடுகிறதே
வள்ளுவன் வழியில் வாழும் தமிழே
என் சுவாசக்காற்றும் நீயே தமிழே
உயிர் துறக்கையில் என்நா உரைத்திடும்
உலக முடிவுவரை தமிழ் வாழும்

மோசஸ் நிரோஜன்

உயிர் மொழி அழகுத் தமிழ்

'அ' என அழகாய் தொடங்கி...
"உயிரெழுத்தாய்" உயிரினில்
'ஃ' வரை ஆயுத எழுத்தாக கலந்து!!
'க்' முதல் மேகமாய் பரந்து விரிந்து,
"மெய்யெழுத்தாய்" மேனியில் சேர்ந்து,
'ன்' வரை எந்நாட்டிலும் உயர்ந்த மொழியாகி...!
'க' வென காற்றாய் உள்ளத்தில் நுழைந்து,
"உயிர்மெய்யாய்" உருமாறி உன்னதமாய்..
உயிர் மூச்சாய் திகழும்
"எம் தாய்மொழியாம் தமிழ்மொழியே"..!
எத்தனையோ "தொன்மை மிக்க"
என், தமிழ் தாயே!!
உன் சிறப்பினில் திகைத்து...
அழகினை ரசித்து...
சுவையினை ருசித்துக் கொண்டிருப்பதால்..,
பெருமை கொள்கிறேன் எந்நாளும்!!

பா.ஹரிசுதா

எங்கும் தமிழ் எதிலும் தமிழ்

அரிச்சுவடியில் ஆதி கொண்ட தமிழ்!
ஆதியில் கும்பமுனி நல்கிய தமிழ்!
வைகைக் கரையில் வளர்ந்த தமிழ்!
வாடி வாசலில் விளையாடிய தமிழ்!
கணிணி வழியே நுழைந்த தமிழ்!
வகுப்பறை வழியே வாசித்த தமிழ்!
கீழடிவழிப் பெருமை பேசிய தமிழ்!
பிறமொழிக்கே கருவறைஈந்திட்ட தமிழ்!
பதினாறும் வழங்கிடும் வல்லமை கொண்டு
பித்தராய்ப் பலரை ஆக்கிய தமிழ் !
மூவேந்தர் முடியாய் சூடிய தமிழ்!
மூவுலகையும் ஆட்சிசெய்திடும் தமிழ்!
இலக்கியவழியிலே தென்றலை தந்திடும்
இலக்கணவழிதனில் மெய்சிலிர்க்க செய்திடும்
!!இன்பத்தமிழ்!!
எங்கும் தமிழ்! எதிலும் தமிழ்!!

வேதியியல் காதலன் இரா.துளசிராமன்

எம் உயிர் மொழி

தேனினில் இனிமையாய்
இனித்திடும் தமிழை,
நாவினில் நயமுடன்
இன்புறப் பேசுவோம்,
ஆயிரம் மொழி வந்தாலும்,
என் தாய் மொழியின்
சிறப்பு மாறாதிருக்கும்...
உன் பெருமைக்கு
இலக்கியங்களே சாட்சி
பிறந்திடும் பிள்ளைக்கு,
தமிழையே ஊட்டுவோம்
வாழ்க பாரதம்!
வாழ்க தமிழ்!

Lavanya Jayaprakash

என் சொல்லிப் பாடுவேனோ...

அன்னைத் தமிழே - என்
அழகு குன்றா அழகழகே...
உன்னைப் புகழ்வதற்கே - என்
எழுபிறப்பும் போதாதே...
தொன்மைமிகு தொல்காப்பியமாய்
நன்மைமிகு நாலடியாய்
கற்புக்கு சிலம்பாய்
கற்பிக்கும் குறளாய்
காதல் மிகு காவியமாய்
வீரமிகு பரணியாய்
திகட்டாத திணையாய் தொகையாய்
புறமும் அகமும் நானூறாய்
ஐந்தும் ஆறும் குறுநூறாய்
பக்திக்கு தேவாரமாய்
பகுத்தறிவுக்கு பாவேந்தனாய்
வடிவங்கள் மாறினாலும்
வற்றாத வளமுடையாய்
வானும் வாய்பிளக்கும்
வண்ணமிகு வண்டமிழே - உனை
என் சொல்லிப் பாடுவேனோ...

அத்தி. ஆனந்தன்

என் தாய்

உலகின் ஆதார மொழியென்று
ஆய்வுலகே அறுதியிட்டுக் கூறும்
என் அன்னை மொழியவள்

பருவங்கள் பத்து என
பிள்ளைத் தமிழ் தந்து
தாயாகி மகிழும் தாய்மையவள்

உலகிற்கே அறம் சொல்லும்
ஒல்காப் புகழ் வள்ளுவம் ,
அவள் தாய்மையின் தனித்துவம்

வாழ்வியலுக்கும் இலக்கணம் வகுத்து
களவு,கற்பு என வரன்முறைகளால்
வாழ்வியலைக் கட்டமைக்கும் தூயவள்

வாழ்க்கைத் தந்து ,வழிகாட்டி
இன்றும் வாழ்ந்து வரும் என் தாய்
தரணிக்கே தாயவள் தான்...!

சி.ஜீசஸ் ராயர்

என் தாய் மொழி

என்னைத் தாலாட்டிய மொழி
எனதருமைத் தாய் மொழி
என் இனிய தமிழ் மொழி
எண்ணமெல்லாம் நிறைந்த மொழி
என்னை நான் தொலைத்த போது
என்னுள்ளே புதைந்த போது
எண்ணெய் ஆக மிதந்து என்
எண்ணங்களை ஒளிரச் செய்த மொழி
கம்பன் என்றொரு கவிஞனும்
கர்ஜித்த பாரதி என்னும் புலவனும்
கருத்துமிழ்ந்து கவிதை தந்த பாரதிதாசனும்
கண்ணதாசன் என்னும் கவியரசனும்
எப்போதும் அணைத்துக் கொண்ட மொழி
எப்பொழுதும் கவிபாடிக் களித்த மொழி
என்னுடல் கருகிச் சாம்பலாகினாலும்
என் சாம்பலோடு பூத்து கமழ்ந்திருக்கும் தமிழ் மொழி

அ.அனிதா

என் தாய்மொழி தமிழ்

பன்னிரு உயிரும்
பதினெட்டு மெய்யும் இணைந்து
முதலாகி முப்பதாகி
உலகம் சுற்றும் இருநூற்று நாற்பத்தேழாகி
உயிர் வாழும் தாயே - உனைப்
படைத்தவனுக்குத் தெரியுமா?
நீ செம்மொழியாவாயென்று....

கல்தோன்றி மண்தோன்றாக் காலத்தின்
முன்தோன்றி மூத்தகுடியில் பிறந்தவளே!
பிறந்த குழந்தை கூட கூறும்
என் தாய் மொழி தமிழென்று
உன் மழலை நானம்மா
தமிழனென்று சொல்லி - எங்கும்
தலை நிமிர்ந்து நிற்பேனம்மா.....

ஜெ. ஜமில்ஸ்ரா, ஈழம்

என்னுயிர்த் தமிழ்

அன்னைத் தமிழே அழியாப் புகழே!
அகிலம் வியக்கும் அற்புதமே!
மூவேந்தர் மடி வளர்ந்த முத்தமிழே!
மூவுலகம் போற்றுகின்ற முக்கனியே!
இன்பத்தின் ஊற்றே
இன்சொல்லின் நாற்றே!
தித்திக்கும் தீந்தமிழே என்றும்
திகட்டாத பைந்தமிழே!
மகவைகள் பல பெற்றபோதும்
மகத்துவம் மாறாத மாட்சியே!
என்றும் அழியா நீட்சியே!
கன்னித் தமிழே கற்பகமே கற்கண்டே
காலத்தின் கலங்கரை விளக்கமே!
என் உயிர் போகும் போதும்
என்னுயிர்த் தமிழே உன் பெயரை
உச்சரித்து இறக்க வேண்டும்!
மீண்டும் பிறப்பொன்று எடுத்தாலும்
தமிழ்த் தாயே! -உன்
தலைமகனாய் பிறக்க வேண்டும்!
தரணி எங்கும் உன் புகழ்
பரப்ப வேண்டும்!
என்றும் அழியா அமுதமொழி என்னுயிர் தமிழ்!

முனைவர் ககோபாலகிருஷ்ணன் .

என்னுயிரானவள்

தரணியில் தனி இடம் பிடித்தவள்
முக்கனியின் சுவை கொண்டவள்
பத்துப்பாட்டை பக்குவமாய் பெற்றெடுத்தவள்
உலா வரும் மொழிகளுள் உன்னதமானவள்
உலகிற்கு பொதுவேதம் திருக்குறள் தந்தவள்
ஊனை உருக்கும் திருவருட்பா..
சிகரம் பொய்க்கும் சிலப்பதிகாரம்..
ஏற்றம் உய்க்கும் ஆத்திச்சூடி..
புனிதமாய் புலரும் புதினமென
புத்துயிர் கொள்ளும் புதுமைத்தமிழ்...
என்னை இதமாய் கொல்லும் இன்பத்தமிழ்...
இதயம் வருடும் இனிமைத் தமிழ்...
அன்பை விதைக்கும் அரும்பெருந் தமிழ்...
தரணியில் மூத்த மொழியவள்
தமிழர்க்கு உயிர்த் தாயவள் "தமிழ்"...

பிடல் காஸ்ட்ரோ.மு

என் புகழே..என் தமிழே..

உயிர் கொடுத்த அன்னையை அழைக்கக்
கற்றுக்கொடுத்தவள் நீதானே...
உருவம் கொண்டு உயிர் கொடுத்தாள் அன்னை
உருவமற்று உன் மொழியால் பெருமைபடுத்தினாய்
என்னை
பெருமையிலும் பொறுமையிலும் ஓங்கி நிற்கும் தமிழே
அந்தக் காற்றிற்க்கே வேலி இருந்தாலும்- என்
செந்தமிழ் செல்லாத இடமுண்டோ!
உன் பெருமையைப் போற்றிப் பாட வருகின்றன
போட்டி போட்டுக்கொண்டு என் வார்த்தைகள்..
அன்னைக்கு இணையாய் வருகின்றாய்-ஆறுதலுக்கு
அடுத்தவரின் பேச்சில் வருகிறாய்..
துன்பத்தில் துணையாய் நிற்கிறாய் -பெருமைபடுத்த
பொறுமையாக வருகிறாய்...
வன்முறைக்கு வார்த்தையாய் வருகிறாய்-துணிச்சலுக்கு
தமிழன் என்ற பெயரில் வருகிறாய்...
எப்பிறப்பிற்கும் இறப்புண்டு-தமிழே
உனக்கு உயிர் கொடுக்க இருக்கிறோம் என்றும்...

செ.அனுசியா

எனது தாய்மொழி தமிழ்

ஆதித் தமிழன் அறை கூவல் விடுத்த மொழி
ஆயிரமாயிரம் ஆண்டுப் பாறைகளிலும்
ஆணித்தரமாக அச்சடித்த மொழி
என் தாய் மொழி.... தமிழ் மொழி
மீசை வைத்த பாரதிகள் பயணம் செய்த
மிதிவண்டிகள் என் தாய் மொழிக் காற்றில் தான்
தாளலயம் இசைத்தது
கம்பன் வீட்டு கனகாம்பர செடி கூட
என் தாய் மொழி நுகர்ந்தே நூறு வகை சுகந்தம் வீசுது
நாசி வழி வந்த காற்று நாபிக் அமிலம் வரை வந்து
என் தாய் மொழியில் குசலம் விசாரித்துவிட்டு
செல்கிறது
பேசி வைத்த தன் பெருங்காதலும் கூடுது என்
தமிழோடு தான்
பாஷை மாறி பல தேசம் போகும் மனிதர்களே
கேளுங்கள்
மீசை நரைத்தாலும் என் தாய் மொழி மீது கொண்ட
ஆசை நரைக்காது
ஆறடிக் குழிக்குள் என்னை புதைத்த போதும்
ஆயுளில் என் தாய் மொழி இன்றேல்
என் ஜீவன் என்றும் இறக்காது

காண்டீபன், ஈழம்

செம்மொழியாம் தமிழ் மொழி

தொன்மை வாய்ந்த செம்மொழியே!
பிறமொழித் தாக்கமில்லாமல் இனிதே
-இயங்குமே!
தனக்கென தனிநோக்கும் போக்கும்
கொண்டுள்ளதே!
ஒன்றே குலமென்று பொதுமை
பேசியதே!
சங்க இலக்கியங்கள் இனம் மொழி மதம்
கடந்தவையே!
சங்கப் படைப்புக்கள் பண்பாட்டின்
வெளிப்பாடே!
உயர் சிந்தனையால் உலகை
இணைத்தனவே!
எளிய குடிகளையும் காப்பிய
-தலைவனாக்கியதே!
அரசியல் பிழைத்தோர்க்கு அறமே
-கூற்றாகுமென்று
உலகோர்க்கு அறம் உணர்த்தியதே!
தமிழின் சிறப்பிற்கு இவையே போதும்
ஆகையால்
என்றும் செம்மொழியே நம் தமிழ்மொழி!..

பா. அரவிந்தராஜ், மணப்பாறை

தரணி ஆளும் தாய்

வெல்லும் தமிழினி உயரட்டும்.
வேற்று மொழியினி மறையட்டும்,
இல்லில் தமிழினி பேசிடுவோம்,
இன்பம் என்றும் கொண்டிடுவோம்!

தோன்றி புகழொடு தோன்றியதாம்,
தொகையும் அறியா மொழியிதுவாம்,
ஊன்றிப் படித்தோர் உயர்ந்திடுவர்
உண்மை இதுவென உணர்ந்திடுவோம்,!

தள்ளாத வேளாண்மை கொண்டதுவாம்
தளரா விருந்தோம்பல் கொண்டவராம்
கள்ளமின்றி வாழ்ந்து உழைத்திடுவர்
கவின்தமிழை காக்க களமிடுவார்

பாங்குறு மண்ணின் தமிழராய்
பாரத மண்ணின் சேவகனாய்,
யாங்குள பெருமை யாவையும்
யாதும் அறிந்து போற்றிடுவோம்!

தமிழ்மகள்வாசுகி, பெங்களூர்

தரணி எங்கும் எம்தமிழ்

சிந்துசமவெளி தொட்ட சிங்கமொழி என் தமிழ்மொழி
மூவாயிரம் ஆண்டுகள் என்று என்
முன்னோர் சொன்னது
எவ்வாயிரம் ஆண்டுகள் என்று யார் கண்டது
மழலை சிந்தும் மாதமிழும்
மங்கை விழிபேசும் விழித்தமிழும்
தாடிக்கவிஞனின் தரணி தமிழும்
முண்டாசு கவிஞனின் முத்தமிழும்
வடிவங்கள் கொண்டு வாழும் மொழிகள்
சில மட்டுமே இங்கு
முப்பாலும் கொண்டு எப்போதும்
அழியா மொழி எம்மொழி
வாசனையும் கொண்ட மொழி எம் மொழி
ஞானம் கொண்டே
குடவோலை ஆண்ட மொழி எம்மொழி
அன்பிலார் எல்லாம் தமக்குரியர்
ஈகை உடையோர் இவ்வுலகை
ஆழ்வார் என்று சொன்னது என் தமிழ் மொழி

இளையோன் முத்து

தரணி போற்றும் தாய்த்தமிழே

குமரியில் பிறந்து குன்றாய் நிமிர்ந்து
நானிலமும் தவழ்ந்து நற்றமிழாய்க் கனிந்து
இலக்கணச் செறிவால் இலக்கிய அறிவால்
தரணி போற்றும் தாய்த் தமிழே!...

தொல் காப்பிய நடை பயின்று
தொன்மங்கள் வழி தினம் நின்று
முச்சங்கத் தாய் மடிதனில்
முத்தமிழாய்த் தினம் தவழ்பவளே!...

அகிலத்தில் ஆயிரம் அறிவியல் சொன்னாய்
அணுவை அன்றே ஆய்வும் செய்தாய்
பாரதிப் பாட்டனைப் பிரசவித்தாய்
பாவாணர் தமிழைப் பரிசளித்தாய்!...

தெருக்கவிஞனையும் தேர்வு செய்தாய்
தென்றல் காற்றாய்க் கவிதை தந்தாய்
சுவாசத் தமிழாய்ச் சூழ்ந்து கொண்டாய்
சுகமாய் வாழத் துணையாய் வந்தாய்!...

சு.சோலைராஜா, இராமநாதபுரம்

தரணிக்கே தாயானவள்

வீரத்தின் தாயே
எங்கள் முத்தமிழே
நித்தம் உன்னை
பாடுகின்றோம் புவியினிலே
தரணிக்கே தாயாகி
இலக்கண இலக்கிய
அணிகலனால் நித்தம்
பிள்ளைகளை மகிழ்விக்கும்
அன்புருவே
எம் தமிழ் மொழியே
எல்லைகள் தாண்டினாலும்
உன் அழகு குறையவில்லை
மூத்தவளாய் பிறந்த
உன் பெருமை
உலகம் அறிந்ததாலோ
அன்னையே தமிழே
தரணியே புகழ்த்திடும்
என் அன்னையே
உன்னையே வாழ்த்துகிறேன்
பிள்ளை நானுமே

அ.கிளைம்சென்(பாரதி மைந்தன்),ஈழம்

தரணியை ஆளும் தமிழ்

என் உயிருக்கும் மேலானது என் தாய்த்தமிழ்..
தரணிக்கே தாயவள்.......
உலகையே ஆளுபவள்.....
தமிழ் மொழியின் வாசம்
தரணியெங்கும் வீசும்.....!
தரணியை ஆள்வதும் நீயே..
உயர்த்துவதும் நீயே!
உலகறியும் தாயவளே.....
உலகெங்கும் தமிழே!
சாதி,மதம்,இனம், காணாதது எங்கள் தமிழ்...
பாரெங்கும் உம்மொளி வீச
இன்னும் ஓங்கி வளர!
வேண்டும் எம் தமிழே...!
தாய் மொழியான நீ
எனக்கு தாயாகவே கிடைத்திருக்கிறாய்....!
பெருமை காணும் மொழி....
மரபு சார்ந்த மொழி....
தரணிக்கே தாயவள் நீ!
உம் புகழ் என்றென்றும்
நிலைத்திருக்கட்டும்.......!

இளம்கவி லோகேஸ்வரி தேவராஜ்

தரணியை வெல்லும் தமிழ்மகள்

பேரழகி அவள்!

பேரண்டம் போற்றிடும் தாரகை அவள்!

தீயினில் உருக்கிட்ட தங்கம் அவள்!

புதுக்கவிதையில் புதுப்பொலிவு பெற்றாள்!

குறையாது அவள் வேகம்!

தீந்தமிழிலே அவள் தேகம்!

நிகரென இன்னொருவர் உண்டோ!

தரணிபோற்றும் தாய் தமிழுக்கு!

அண்டத்தை அடக்கிடும் ஆத்மசக்தி!

அன்னைமொழியன்றி வேறெங்கும் காணோம்!

மொழிகளுக்கெல்லாம் மூத்தவள் என்றே!

செம்மொழியாய் திகழ்கின்றாள்!

தரணியை வெல்லும்! தமிழ் அவள்!

தரணிக்கே தாயவள்!

செ. ராஜேஸ்வரி

தமிழ்

உலக வரலாற்றின் முதல் பக்கம்!
பத்துகோடி நாவிற்கு திகட்டாத அமிழ்தத்தை ஊட்டும்
ஒற்றைத் தாய்!
வெட்டுபவனுக்கும் நிழல்தரும் ஒரே ஆலமரம்!
விழுதுகளாய் எத்தனை கிளை மொழிகள்!
காய்த்துத் தொங்கும் அழுகா இலக்கியக் கனிகள்!
வல்லினம் மெல்லினம் இடையினம்
சரிசமமாய் கலந்த தமிழ்
எங்களின் உயிர், இனம்!
கடல் தாண்டி நீண்டிருக்கும் தமிழ்வேர்!
உலகம் முழுமையும் கிளைத்திருக்கும்
தொப்புள்கொடிகள்!
கண்ணகி உடைத்த சிலம்பில்
தெறித்தது நீதி! எழுந்தது காவியம்!
ஈரடிக் குறள்
உலகப் பொதுமறைக் குரல்!
இணையத்தில் இமயமாய் இதயத்தில் தீபமாய்
உலகமொழிகளின் சிம்மாசனமாய்!
கீழடியைத் தோண்ட
உலக வரலாற்றின் வேர் அறியும் உலகம்!

சா. கா. பாரதி ராஜா, செங்கல்பட்டு

தமிழ் தாய்

அக வாழ்க்கையையும் அழகாகப் பிரதிபலிக்கும்
அகநானூற்றுக் கண்ணாடி
ஆற்றுப் படுத்தி ஆறுதல் அமுதம் ஊட்டும்
திருமுருகாற்றுப்படை
இன்னா செய்தார்க்கும் இனியதே செய்யும் திருக்குறள்
ஈகை செய்தே உவகை அடையும் அதியமான்
உள்ளம் கனிந்து காதலிக்க வாய்ப்பு நல்கும் குறிஞ்சி
ஊடல் உப்பை, கூடல் சமையலைச் சுவையாக்கவே
சேர்க்கும் மருதம்
எற்பாட்டில் மீன்பிடிக்கப் புறப்படும் நெய்தல்
ஏறு தழுவும் காளையை வளர்க்கும் களமே முல்லை
ஐந்து திணையை இவ்வாறு அமைத்து
வாழ்வியல் சொல்லிக் கொடுத்த ஐங்குறுநூறு
ஒறுத்தல் இன்றி அகழ்வாரையும் பொறுக்கும் பூமி
ஓலைச் சுவடியில் இலக்கியம் படைத்த பிரம்மா
ஔடதத்தை தன் எழுத்துக்களின் ஒலி அளவுகளிலேயே
மாத்திரையாக்கிக் கொடுக்கும் மருத்துவமனை
ஃ என்ற ஆய்த எழுத்தை ஆயுதமாகத் தாங்கி நிற்கும்
போர் வீரன்..
(ஒறுத்தல் - தண்டித்தல், ஔடதம் - மருந்து)

இராமசாமி விஜயகுமார், ஈழம்

தமிழ் மொழி

(வெண்பா)
உயிருடனே மெய்யும் உறவான போதில்
உயிர்மெய்யும் தோன்றி உலகின் - முதல்மொழியாம்//
ஆவிக் கமுதமாம் அம்மா எனஅழைக்க
நாவினிக்கும் செந்தேன் தமிழ்.
(வேறு)

பொருளுக்கும் இலக்கணம் கண்டு
புறத்திணை ஏழாம் அகமோடு
ஓரெழுத்து ஒருமொழி இங்குண்டு
உலகில்பிற மொழிகளி லெங்குண்டு?
வீரம்கொடை சிறப்பை மொழிய
விளங்கும்பத் தோடுஎட்டுத் தொகையே
புறமோடு அகமும் நன்னூலும்
புகழ்சேர் நலதொல் காப்பியமும்
உலகப் பொதுமறை தன்னை
உறைத்தான் வள்ளுவன் முன்னே
பலகலைகள் இயம்பும் மொழியாம்
பகுத்தறிவை இயல்பாய்ப் புகட்டும்
இலக்கியத் தின்உயிர்ப் பொருளை
இயம்ப முடியாது பிறமொழிகள்!
உலகில்வா யாரஉச்ச ரித்தாலே
உயிர்வளர்க்கும் செம்மொழி தமிழாம்!

காஞ்சி மு.எ.பிரபாகரன்

தமிழர் பண்பாடு

தமிழர் பண்பாடு குறித்தே ஒரு 'பண்' பாட விருப்பம்
பச்சரிசி மாவாலே எறும்புக்கே வைப்போம் விருந்து
தமிழைக் கற்றால் தேவையில்லையே உள மருந்து
கோபுர கலசத்தில் பொன், மணி வைக்கவில்லை
மாறாக நெல்மணி வைத்தான் தமிழன்
கண்ணப்பன் செய்தான் முதல் கண்அறுவை சிகிச்சை
கம்பன் கவிக்கு யார் வைக்க முடியும்
அக்கினிப் பரீட்சை?
மாணிக்கவாசகன் சொன்னான் பிரபஞ்ச
பெருவெடிப்புக் கொள்கை
மண்வாசம் மறவாமல் மணம் வீச வேண்டும் தமிழர்
தம் வாழ்க்கை..

ந.மேனகா குமாரி

தமிழமுதம்

நிகழ்கால மானிடமே! வா....
புத்தியைத் திற,
பழுதுபார்,
அதில் தமிழமுது சேர்...
அகரம் தொடங்கி
னகரம் முடிய
குறுகிய எழுத்தில்,
விரிந்த நூல்கள் ஏராளம்...
வாழ்வியல் அர்த்தம் தாராளம்...
கையெழுத்தும் அழகாகும்
தமிழில் இட்டால்...
தலையெழுத்தும் திசைமாறும்
தமிழைக் கற்றால்...
மூழ்கிடுவோம் தமிழ் கடலில்
முத்தான முத்துகள் பெறவே...

கற்றது தமிழ் சீனு

தமிழமுது

கண்ணிற் கெழிலோ கவின்மயில் ஆகும்மே
பெண்ணிற் கெழிலோ பொறுமையாம் -- மண்விளங்கப்
போற்றும் பொழிமழை பொன்னெழிலாம் வெண்பாவில்
ஈற்றடி காட்டும் எழில்

கம்பன் மனத்தில் கவிதோன்ற நற்றமிழின்
செம்பொன் நிகர்த்த செழுஞ்சீர்கள்-- தம்கைகள்
கோர்த்து விருப்பத்தால் கோமகன் பாவேறும்
வார்த்தைகள் பெற்ற வரம்

திருக்குறளும் நாலடியும் தித்திக்கும் கந்தன்
திருப்புகழும் தேம்பா வணியும் -- அருடபாவும்
விஞ்சுதிரு வாசகமும் வித்தாக ஏற்றாலுன்
நெஞ்சத்தே ஓங்கும் நெறி

குறிஞ்சி நிலவளமும் குற்றால நீரும்
அறிவொளி நல்குமற நூலும். -- நெறிமுறையால்
தன்மானம் மிக்கத் தமிழரு முண்டெமதுக்
கன்னித் தமிழ்நாட்டின் கண்

சு.வி.இலட்சுமி

தமிழழகு

தேனிடை ஊறிய தீஞ்சுவையும் - நனி
கவியிடை ஏறிய செறிவும் - நல்
முத்தென தேறிய மழை நீரும்
பனியிடை தீங்குளிரும் - வெண்
நிலவிடை வனப்பும், உயிர்ச் சிந்தைக்கழகே - எனினும்
ஒன் தமிழ் எம் உயிரே என்போம் - காணீர்!
ஒன் தமிழ் எம் உயிரே காணீர்!

முரல் வண்டின் இசையும் - பண்
புனலிடை எழிலும் - நற்
குழல் கொஞ்சும் கானமும்,
களி மழலை மொழியும் - ஈண்டு
ஆர்க்கும் புது இன்பம் - சீர்
இளமை தங்கும் தொல்தமிழ் கிழத்தி - என்றும்
தரணிக்கே தாயவள் - எம்
உயிரை, உணர்வை வளர்ப்பதும் மறத்தமிழே!

சீ. மோகன் ராஜ், வேலூர்

தமிழின் அழகும்/பெருமையும்

கல் தோன்றி மண் தோன்றாக் காலத்தே
முன் தோன்றி நின்றவளே!
முன்னிலை கொண்டவளே!
பல மொழிக்கு தாயவளே!!-நீ!
பழமொழிக்கும் தாயவளே!
முப்பால் எழுதத் துணை நின்றாய்!
முதல்நூல் வழிநூல் எனக் கண்டாய்,
அப்பால் இருக்கும் மொழிகளுக்கும் தாய்ப்பால்
கொடுத்து
தாய்த் தமிழானாய்,,,!
நா நலம் என்னும் நலன் கூட உன்னை
நயம்பட உரைக்கச் சுகமாகும்,,,
வான்புகழ் கொண்ட வள்ளுவனின்
வார்த்தையில் கண்டால் அது தெளிவாகும்,,,
யாம் கண்ட மொழியில்
இனிமை எல்லாம்,
தமிழில் தானே உண்டென்று,,,
பார் புகழ் கண்ட பாரதியே
உன் புகழ் சொன்னான் தரணியிலே,,,!
வாழ்க தமிழ்!
வளர்க நின் பெருமை!!

பாலா

தமிழால் இணைவோம்

நம் பெயரைக் கலப்பின்றி நற்றமிழில் ஆகவைத்து,
நம்மினத்தார் வாழ்ந்திடவே நாளும் மனம் நினைத்து,
செம்மையுறு தமிழாலே சேர்த்த நல் வரியாக்கி,
நம்பிள்ளை காலமாவது நலமுடனே சிறக்கட்டும்.

சிவகுமரன் முருகனையே தமிழ்க் கடவுள் என்றாலும்,
தவ முனிவன் அகத்தியனை தக்கதொரு வழி
கொண்டாலும்
உவகையோடு தமிழிங்கே உயர்ந்தோங்கும்
நிலையிலையே..
எவர்வழியோ வந்தமொழி ஏறி நின்று பார்க்கிறதோ..

திசையெல்லாம் தீபமாகும் தீந்தமிழ் மொழி கூட்டி,
இசைபடவே இனிதுடனே இறைமொழி என்றாக்கி,
விசையாகும் வாழ்வினிலே வீரமென்றும்
விளைச்சலாக...
இசைந்து நீர் வருவீரோ? இறைதமிழைக் காப்பீரோ..

தொன்மைமிகு தமிழெடுத்து தொலை நோக்குப்
பார்வையோடு,
வன்மமில்லா மென்மைக்குள் வாழ்ந்து நாம்
சிறந்திடவே,
நன்மை தரும் நம் தமிழால் நாளும் நாம்
வளர்ந்திடவே,
இன்பமொடு இனிதாகி இயன்றவரை மொழி
காப்போமே.

பரணி சுப சேகர், மதுரை

தமிழின் சிறப்பு

கல்தோன்றி மண்தோன்றாக் காலத்தே
முன் தோன்றிய மூத்த மொழி
பண்பாட்டையும் பாரம்பரியத்தையும் இவ்
வையகத்திற்கு
சொல்லிக்கொடுத்த என் பாட்டன் மொழி
முச்சங்கம் வளர்த்து காலத்தால் அழியாத
உயிரோட்டம் கொண்ட செம்மொழி
யாதும் ஊரே யாவரும் கேளிர் என
உலக மக்களை உறவாக்கிய மொழி
ஒருவனுக்கு ஒருத்தி எனும் இல்லற சிந்தனையை
வையகத்தில் விதைத்த மொழி
ஆயிரம் மொழிகள் அகிலத்தில் இருந்தாலும்
அன்னைத்தமிழ் உனக்கு மட்டுமே
ஆலயம் அமைத்து வழிபாடு செய்கிறோம்

மு.பெருமாள்

தமிழின் சக்தி

சக்தியின் பிறப்பிடமே நீதானே!
உன் சக்தியை இயம்ப இவள் சக்தி போதுமோ?
உன் சக்தி உயர்தனிச் செம்மொழி
உலக பொதுமறையான உயிர்மொழி
தொன்றுதொட்டு தொடர்கின்ற தொல்காப்பிய சக்தி நீ!
முடியாமல் நீள்கின்ற தொல்பொருள் ஆராய்ச்சி நீ!
பெயர் சொல்லும் தலைவர்களை பேச வைத்த சக்தி நீ!
பேசாத கட்டிடங்களையும் பெரிய கோயிலாய்...
பெருமைப்படுத்திய சக்தி நீ - அகநானூறு புறநானூறு
பதினெண் கீழ்க்கணக்கு மேல்கணக்கு என பக்கத்திற்கு
பக்கம் தமிழே உன் சக்தி மட்டுமே!
உயிர் மெய் எழுத்துக்கள் மட்டும் கொண்டவள் அல்லநீ
தமிழர்களின் உயிரும் மெய்யுமாய் உருவெடுத்தவள் நீ
தமிழே உன் சக்தியால் தான் அம்மா
திராவிடம் இன்றும் திணறாமல் வாழ்கின்றது
உன்னால் உயிர் வாழும் தமிழர்களுக்கு
என்றும் தமிழே நீ எங்கள் சக்தியாய்!

திருச்சி பிருந்தா

தமிழின் பெருமை

தாய்மடியே உனை வேண்டினேன்
அன்னைத் தமிழாய்
'ழ'கரமோ
கொப்பூள் கொடியாய்
எல்லையில்லா
இலக்கியங்களோ
உடம்படுமெய்யாய்
இலக்கணமோ வாழ்வியலாய் வகுத்தவளே!
நீதிமன்றத்தில் தீர்ப்பளிக்கும்
நீதிநூல்களாய் பதில் தருபவளே!
காப்பியங்கள் யாவும் போராடும் காவியமாய்
விளங்குபவளே!
புராணங்களின்
பக்தியாய் திகழ்பவளே!
இதிகாசத்தின்
உச்சம் தொட்டு
உம்பாதம் வணங்குகிறேன்
உன் சிறப்பினைச் சொல்ல வார்த்தையில்லாமல்

க. குணாளினி, திருச்சி

தமிழின் வீரம்

தரணிக்குத் தாயவள் என்ற ஒரு தலைப்பு அது தரணி
புலவர் எழுதினாலும் இருக்காது இருப்பு
காரணம் தரணியை ஆளும் தமிழ்த்தாய்க்கு
புடிக்காது புகழ்ச்சி அதனால் இயற்கை ஏற்படுத்தியது
அழிற்சி
அதிலே மறைந்தது தமிழின் வளர்ச்சி
ரத்தத்தைப் பிழிந்து பாலாகத் தருகிறாள் என் தாய்:
என் தாய் பட்ட துயரத்தையும் உணர்ச்சியும்
மொழியாகத் தருகிறாள் தமிழ் தாய்
மொழி என்று சொன்னாலே உணர்ச்சியின் உருவம்,
பேசும் பேச்சுக்கு உண்டாகும் ஒரு வீரம்
உயிர் உள்ள மொழியாம் எம் மொழி,
பல மொழி உருவாகக் காரணமாக இருந்தது
அந்தவழி
அதுவே தரணியை ஆளும் தமிழ் மொழி.!

விஷ்ணு சித்தார்த்

தமிழுக்கு என் வணக்கம்

தரணியிலே தோன்றிய முதன்மை மொழிக்கு வணக்கம்
தனித்துவத்தின் உருவாய் வளரும் கன்னல் மொழிக்கு
என் வணக்கம்
தெள்ளு தமிழுக்கு என் உளமார்ந்த வணக்கம்

அகரத்தை சிகையாய்க் கொண்டு
இசையை வாய்மொழியாய்க் கொண்டு - உன்னதப்
பொதுமறையை மனதாய்க் கொண்டு - எட்டுத்
தொகையைப் புன்னகையாய்க் கொண்டு
ஒளிரும் அழகும் திறமும் கொண்டு
திகழும் பைந்தமிழுக்கு
தேனமுதுக்கு வணக்கம்

சிலம்பிசையாய் சிறுகதையும்
நடனத்தோடு நாடகமும்
கனியினும் இனிய கவிதையும்
கலந்தொளிரும் பிரபஞ்சமே, உனக்கு என் வணக்கம்

சரண்யா முசிலா, சிங்கப்பூர்

தமிழே! அமுதே!

மின்னிடு வண்ணமென வந்து செல்லும்
எண்ணிலா மொழிகளிலே வந்து - சிறந்த
பண்ணெலாம் தந்து பாரினில் உயர்
நன்னெறி தந்த தமிழே!

தன்னகரிலா பெருமை வையகத்தே கொண்டு
தன்னலமிலா வாழ்வு வாழ - தக்க
உண்மையெலாம் உரைத்து வழி காட்டிடும்
தென்னாடு தந்த தமிழே!

எண்ணும் எழுத்தும் மாந்தர்க்கு இரு
கண்ணெனக் கொண்டு வாழ- இங்கு
விண்ணும் மண்ணும் உறவாம்; மறவோம்
அன்னை மொழியாம் தமிழை!

வே. தவமணி

தமிழே தமிழர்க்கு மூச்சு

தமிழே தமிழர்க்கும் மூச்சே -- இன்பத்
தமிழே அமிழ்தாகும் பேச்சே!
தமிழே உடலுக்கும் ஊணே --இன்பத்
தமிழே மடமைக்கும் வாளே!
தமிழே உயிருக்கும் மானே -- இன்பத்!
தமிழே உயர்விற்கும் வானே!
தமிழே ஆட்சிக்கும் காலே -- இன்பத்!
தமிழே மாட்சிக்கும் வேலே!

தமிழே வாழ்க்கைக்கும் அறமே- இன்பத்
தமிழே வாய்மைக்கும் முரசே!
தமிழே அறிவிற்கும் கடலே -- இன்பத்
தமிழே அறத்திற்கும் இடமே!
தமிழே அன்பிற்கும் விருந்தே -- இன்பத்
தமிழே துன்பிற்கும் மருந்தே!
தமிழே எழுச்சிக்கும் அரியே - இன்பத்
தமிழே அனைவர்க்கும் மறையே!

புலவர் பழ.தமிழாளன், இயக்குநர் -பைந்தமிழியக்கம்

தமிழே...தாயே!

இன்முகம் காட்டி இலக்கிய இலக்கண
இன்னிசை மூட்டும் இனிய சுவையே
இல்லம் இனிக்கும் இனியதமிழே!..
அகத்தியரும் தொல்காப்பியரும் அணி
செய்த வரம்பே வாழ்வே!
நன்னூலனும் வள்ளுவனும் வழியமைத்த
வசந்த வாசலே!....
வள்ளலின் அருட்பா வளமான குறட்பா..
தேவார திருவாசகம் பாடிய பண்ணிசை பா..
பாவை தேடிய திருப்பா வென பரந்த வளமே!
தமிழே!..
சிலம்பு படைத்து சிறப்பை உணர்ந்து
ஔவை எழுத்தை அகரமாய் அணிந்த அழகே
அணியே!..
நீ சீர்திருத்த சிந்தனை யூட்டிய சிறப்பே வாழி!..
பொதிகையில் பிறந்து பூக்களாய் தூவி
கூடலில் கூடி கொண்டையில் மல்லியாய்
தஞ்சை தழுவிய தாயே! தப்பாட்டத் தமிழே!
தரணிபுகழ வாழி!

வீரகனூர் ஆ இரவிச்சந்திரன், சேலம்

தழல் மூட்டும் தமிழணங்கே

தெள்ளுதமிழ்ப் பூம்பாவாய் என்றன்தனில் நீசாய்ந்தால்
கள்ளம்மிகு என்னிதயம் வெள்ளைமனம் ஆகிடுமே!
கள்ளுண்ட களிப்பகலா வண்டைப்போல்
சிந்தைபிறழ்ந்து
வெள்ளமென பரவிச்செல்லும் எண்ணமுனை
ஏந்திச்செல்லும்!
வெள்ளிடைப் புகழ்பரவும் செம்புலவர் வார்த்தெடுத்த
தெள்ளமுதாய்த் தேன்கொட்டும் அகப்புறத்தின்
சங்கமுரசே!
பள்ளுவுலா காப்பியமெனச் செவியெய்தும்
சிற்றின்பமாய்ப்
புள்ளினங்கள் மீட்டுகின்ற சிறகொலிகள்
இவையொப்புமே!
உள்ளுவது உயர்வுள்ளல் என்றுள்ளங்களை நீயமைத்தே
துள்ளல்திரள் புயலைவிஞ்சி இனஎழுச்சி நீவிரித்தாய்!
மள்ளல்மிகு மறவர்களை ஒருவயிற்றில் நீசுமந்தே
எள்ளல்மலி பகையுள்ளம் வெல்லும்வழி நீவிளித்தாய்!
முள்ளுண்டு மலருண்டு நடைபோடும் இடையிடையே
பள்ளத்தின் பற்களுக்குப் பலியிடவே பகைகொண்டு
தள்ளிவிடத் துடிதுடிக்கும் பின்முதுகர் இழிகுணத்தைக்
கொள்ளிகொண்டுத் தழல்மூட்டிப் பகைவென்றுப்
பீடிடுவாய்!

அள்ளலுறும் தமிழணங்கே! உன்நிலைகண்டு
எள்ளிவிடும்
நள்ளாரின் இழிப்பண்பைப் பொறுத்திராத தமிழ்மறவர்
பொள்ளலிட்டே பகையுடலில் தமிழ்க்கொடியை
நாட்டியபின்
சுள்ளிகளாய்ப் பகைசிதறும் செங்களமும் தூரமில்லை!
(வெள்ளிடை = வானம், மள்ளல் = வலிமை,
நள்ளார் = பகைவர், பொள்ளல் = துளையிடுதல்)

ஜெ.கார்த்திக்,
தமிழியல் மீளாய்வு மைய இயக்குநர்

தாய்த்தமிழ் மறவேல்

அமிழ்தினிய அகிலம் புகழ் ஆற்றல்தமிழ்
அருமைத் தாய்ப்பாலாய் அருந்தும் சுவைத்தமிழ்
தாலாட்டிச் சீராட்டிப் பாராட்டும் தகைமைத்தமிழ்
தரணியில் தனியிடமே தந்திடும் தங்கத்தமிழ்
புதுமைக்கும் புதுமையாய் பழமைக்கும் பழமையாய்
பாரெல்லாம் புகழ்பாடும் திருக்குறள் தெய்வத்தமிழ்
கவின்மிகு மேகலை கலகலக்கும் சிலம்புத்தமிழ்
கற்கண்டாய் தித்திக்கும் கனிரசமாய் கன்னித்தமிழ்
சங்கம் வளர்த்துச் சிறந்திருந்த சிறப்புத்தமிழ்
சகமெல்லாம் தமிழனுக்கோர் அடையாளத் தமிழ்
வயதானாலும் வாடாமல் சீரிளமை குறையாத்தமிழ்
வையகத்தை ஆளுகின்ற ஆற்றலான தாய்த்தமிழ்
உயிராய் மெய்யாய் கலந்திட்ட உவகைத்தமிழ்
உயர்வான"ழ" கர ஒலியான சிங்காரத்தமிழ்
மாய்ந்த பின்னும் தமிழுக்கே உரத்தமிழ்
மங்காத ஒளிவீசும் தாய்த்தமிழ் மறவேல்

வ.ஜெயந்தி

தாய் மொழி செம்மொழி

தாய்மொழி தமிழ் மொழி
தாய்மை மொழி அது எம் தாய் வழி மொழி
உதிரத்தில் கலந்திட்ட மொழி
உலகத்தோரைக் கவர்ந்திட்ட மொழி
செம்மொழியாம் நம் தாய்மொழி
காப்பியத்திற்குக் கம்பரைத் தந்த மொழி
கவிதைக்குப் பாரதியைத் தந்த மொழி
சின்னப் பிஞ்சுகளும் கொஞ்சி விளையாடும் மொழி
தொன்மை மொழி இது - பல
தொண்டுகள் செய்திட்ட மொழி!!!!
காற்றின் மொழி தமிழ்
கல்விக்கு உயிர் தமிழ்
அன்னை மடியில் தவழும் தமிழ்
தாலாட்டாய் என்னை - அள்ளி
அணைத்திடும் தமிழ்!!!!
தமிழுக்கு அமுதென்று பேர்
அந்தத் தமிழ் - இன்பத் தமிழ்
எங்கள் உயிருக்கு நேர்!!!!

ஷஹ்னா ஸப்வான், ஈழம்

தாயாவது!

என்னவோ ஒன்றை எழுத அது எழுத்தானது
அதுபோல சில சேர அவை சொல்லானது
சொல்லென வந்ததைத் தேடப் பொருளானது
பொருள்களாய் மலர்ந்தவை சேரத் தொடரானது
தொடரதைத் தொடரத் தொடர சுவையானது
சுவைபட்ட வாய் திறந்து சொல்லென்றது
சொல்சேரச் சேர மொழி என்றது..
மொழிகேட்ட செவி எழுந்து பாடென்றது
அப்பாடல் விரிய விரிய இசை வந்தது
அடிபோட்டு நடனமிடக் கூத்தானது!
அசைவுகள் பல சேர நடைஇனமானது
இயல்போடு இசையாகி நம் வசமானது..
இயலிசை அகம்நாட முத்தமிழானது!
நூலாடை தமிழ் நெய்ய படிப்பானது
நோன்புகளாய் சங்கம் வளர்த்தாளுது!
இன்தமிழே நம் உயர்வானது
எல்லோர்க்கும் மூத்த மொழியானது
வாழ்ந்து வளர்ந்து புவியாள்வது!
தாயென்று நாமெல்லாம் கொண்டாடுவது
தமிழரெல்லாம் வணங்கும் தமிழாவது!...

பாவலர் மு. இராமச்சந்திரன்

தாயே!! தமிழே!!

தலைமுறைகள் கடந்தும்
தரணிக்கே தாயாக நிற்பவள்!!
தலைக்கனம் என்பதை அறியாதவள்!!
சாத்திரம் பல அறிந்தேன்
சரித்திரம் நிறைய படித்தேன்
சர்வத்துக்கும் சித்தாந்தம் நீ...
என்று உணர்ந்தேனம்மா!!
பாரினில் பிறந்த புனிதம் நீ...
என் தாய்மடியில் உனைக் கற்றதால்
புண்ணியமும் அடைந்தேனம்மா!!
பொதிகை மலையில் பிறந்தவளே!!
தன்னில் பல மொழிகள் கலந்த போதும்
தன்னிலை மாறாமல் நிற்பவளே!!
தனித்துவமாக மிளிர்பவளே!!
தரணிக்கும் தாய் அவளே!!

கோபிகா செல்லமுத்து, கோவை

தூதும் தமிழும்

"புறாவை மட்டுமா அரசர்கள்விட்டார்கள் தூதாக...!
அக்காலத்தில் தமிழையேவிட்டார்கள்,
தமிழ்விடுதூதாக...!"
"ஒற்றன் இருஅரசருக்கும் இடையே செல்வான்
தூதாக...!
புறா இரு காதலுக்கு இடையே, செல்லும் தூதாக...!"
"அதன்பிறகு கடிதம் சென்றது தூதாக...!
இப்போது, கைப்பேசியிலிருந்தது குறுஞ்செய்தி
செல்கிறது தூதாக...!"
"அப்போது தூதாகப் பறவையும், கடிதமும் சென்றது!
இப்போது தூதாகக் கைப்பேசியிலிருந்து குறுஞ்செய்தி
செல்கிறது!"
"குதிரையும் சென்றது தூது!
திருக்குறளின் ஒரு அதிகாரமும் தூது!"
"அக்காலத்தில் அஃறிணைப் பொருட்கள் தூது
சென்றன!
ஆதலால் அக்காலத்தில் தூது இலக்கியம் என்ற
ஒன்றே, உருவாகியது!"
"ஒருவரிடம் சொல்ல நினைப்பதை வெளிப்படுத்திய
தூது!
அன்பையும் வெளிப்படுத்திய தூது!"
"அன்னம், கிளி, மான், வண்டு சென்றது தூதாக...!
காற்று, முகில் மற்றும் தமிழும் சென்றது தூதாக...!"
"உயர்திணையும் சென்றது தூது! அஃறிணையும்
சென்றது தூது!"
"காப்பியங்களில் தூது! பிற்கால இலக்கியங்களிலும்
தூது!"
"தமிழால் வளர்ந்தது தூது! தமிழரை இணைத்தது
தூது"

ஜி.மிஜினா, புதுச்சேரி

தேன் மொழியே தமிழ் மொழியாம்!

ஒன்றாய் நாம் செல்லுகின்ற பாதை எங்கும்
நன்றே நம் நாவுரைத்து நிற்கும்
அறுசுவையின் பிம்பமான எம் தாய் மொழியை!
அகத்தினும் புறத்தினும் உள்ளம் களித்து
புவியில் பூவாக அங்கத்தில் குவிந்திருக்கும்
தேன் மொழியே தமிழ் மொழியாம்!
ஈன்றிடும் அன்னையாய் பிறமொழி உதித்து
இன்றும் மறையாச் சூரியனாய் எம் தாய் மொழி!
காதலிக்கிறேன் என் காப்பியத் தாய்மொழியை
காகிதத்தில் மட்டுமல்ல கனிந்த என் இதயத்தாலும்!
என் சிரம் இங்கு பணியுமாயின்
என்றும் அது தமிழை வணங்க மட்டுமே!...

பா. சுபின், முத்துப்பேட்டை

நாவினிக்கும் நறுந்தமிழ்

பாரில் மொழிகள் பலவுண்டு
பாரோர் வியக்கும் சிறப்பு இதற்குண்டு...
யுகங்கள் தோறும் அழியாது - நம்
உயிர் மூச்சில் சங்கமித்த கலையுண்டு...
மெல்லினம் வல்லினம் இடையினம் - என
அவளின் ஓசை கொண்டு
அண்டை மக்களையும் ஈர்க்கும்
ஈர்ப்பு விதி கொண்டு...
மொழிகள் நூறு கற்றாலும்
தேசங்கள் தோறும் சென்றாலும்
கோடி யுகங்கள் கடந்தாலும்
"தமிழ்" என்று சொல்லிடுங்கள் நாவினிக்கும்
தமிழ் வார்த்தைகளைச் சுரந்திடுங்கள்
வானத்தைத் தாண்டியே இனிக்கும்...
தமிழா!!!
தமிழைப் பேசத் தயங்காதே
தாயைப் பிரிந்து அனாதையாகிடாதே,
படிக்கப் பழக இனிதே எம்மொழி
செம்மொழியாம் நம் தமிழ்மொழி

செல்வி. வீ.வித்தியாயினி, ஈழம்

நீயின்றிச் சுவாசம் இல்லை

தானுண்ட மீன்களின் முட்களால்
கூடு கட்டிக் கொள்கிறது
மீன் கொத்திப் பறவை!
தமிழ்ப் பறவை நீயோ
என் இதயத்தில் கூடுகட்டிக்
குடியேறிவிட்டு அதை உண்கிறாய்!
பலநாள் போதியின் கீழமர்ந்த
பயனாய் ஞானம் பெற்றான் புத்தன்!-ஆனால்
நின் நிழலின் கீழமர்ந்த
அந்நொடியில் பெற்றேனே
தமிழ்க் காதலை ஞானமாய்!
சுறாமீனோ நீந்தா விட்டால்
நீக்குமாம் தன்னுயிரை!
தமிழன்னையே உனைக்
காதலித்துக் கொண்டே இருக்காவிட்டால்
நீங்கி விடுமல்லவா என்னுயிரும்...

யாழ்குமரன் (கி.ஜோஸ் ஆல்வின்)

முருகப்பெருமான் புதல்வி

தமிழென் தாய்மொழியென்று சொல்லடா
தமிழ்ச்சான்றோர் வழியென்றும் செல்லடா
தமிழ்ப்புலமை பெற்று வெல்லடா
தமிழை உயிர்மூச்சாய்க் கொள்ளடா

பொழிந்திடு அன்புத்தமிழை முன்மொழிந்திடடா
பொதியமலை மாமுனிவன் நமக்களித்ததடா
மொழிகளுக்கெல்லாம் தாயவள் தமிழ்த்தாயடா
மொழிந்தவர் பிறமொழிபேசும் ஆய்வாளர்களடா

தெய்வம் தந்த செம்மொழியடா
தென்னாட்டவரின் பழம்பெரும் பொன்மொழியடா
செய்திட்டார் ஏராளம் இலக்கியங்களடா
செவிசாய்ப்பாய் முப்பாட்டன் இலக்கணத்திற்க்கடா

முத்தமிழைக் காப்பதுந்தன் கடமையடா
முருகப்பெருமானின் புதல்வியைப் போற்றிப்பாடிடடா
உத்தரவென்றே தொண்டுகள் செய்திடடா
உலகப்பொதுமொழி தமிழெனும்நாள் தூரமில்லையடா

தமிழ்பாண்டியன், செங்கோட்டை

மொழி எங்கள் உயிர்

மொழி கருவியென்றால் நீ முட்டாள்
உயிர் வாழ மூச்சு கருவியா?
எழுதக் கைகள் கருவியா?
பார்க்கக் கண்கள் கருவியா?
பிறகு எப்படிப் பேச மட்டும்
மொழி கருவியாகும்? -பேசாமல் விட்டதில்
ஊமையான மொழி ஊரில் ஏராளம்,
மொழி வெறும் கருவியென்றால்
உயிர் கருகிச் செத்தது எதற்கு?

மொழி யொரு கருவியென்றால்
எல்லோருக்கும் ஒரு மொழி போதுமே
ஒன்றாய் வாழ ஒருதேசம் போதுமே
ஒருவருக்கு ஒருவர் பேசத்தான்
மொழி உண்டானது,
ஒவ்வொருவரும் ஒவ்வொரு மொழி பேசுவதால் தான்
தேசங்கள் துண்டானது!
விழியிழந்து வாழ்ந்தாலும்
மொழியிழந்து வாழுதல் ஆகுமா..
திசையெட்டும் வேர் கொண்ட
வாழும் தமிழ் சாகுமா!

இளம் கவி ராஜேஷ்

மொழியின் செலவு

இமிழ் கடலெல்லாம்
உன் பெயரோசை..
நதிக்கரையெல்லாம் ஓர்
நாகரீக மகள்..
நலன் அசரா மென்நடையில்
பயணம் கொண்டே இருக்கிறாய்...
கொடியே..!
தமிழே..!
சிறுநனியும் உன்னைப் பிரியேன்.!!
ஆண்டுகள் மூவாயிரம் இன்றோடு...
தாயே...
நின் மகிழ் இருக்கை பற்றியே
பயணிக்கிறோம்...
உன்
குடிநிலை உரைத்துக்கொண்டே...

மோ.விஜய், தஞ்சாவூர்

வழிவழி வாழும் வண்டமிழ்

மொழிகளில் முதலென முகிழ்த்தமுத் தமிழினில்
மொழிவுயர் இலக்கணம் மொழியுதொல் காப்பியமே!
மொழிந்திட உலகினில் முதலென நிலைத்தநூல்
மொழிமறை, 'அறம்,பொருள் இன்பமாம்' திருக்குறளே!
அகம்புறம் அமைந்தது ஆற்றலை யளிப்பது
ஐம்பெரும் ஐஞ்சிறும் காப்பிய அருந்தமிழே!
தகவுடன் பத்தென எட்டெனும் நூல்களைத்
தந்தது தனித்தது சாற்றரும் தண்டமிழே!
தடைபல கண்டது தனித்தெலாம் வென்றது
தனித்தமிழ் நந்தமிழ் தனித்ததாம் வழிவழியே!
கொடைமிகத் தந்தது குவலயம் அறிந்தது
கொள்கையில் உயர்ந்தது கொண்டலாம் மழைத்தமிழே!
உயிரெனும் உணர்வெனும் ஊற்றெனும் ஒண்டமிழ்
உலகெலாம் அமுதமாய் உயிர்தரும் செந்தமிழே!

படைக்களப் பாவலர் துரை. மூர்த்தி

வாழ்க தமிழ்

வாழ்க தமிழ் வளர்க தேசம்
தாழ்க பொறாமை தரணி செழிக்க
ஆழ்க உலகை அசையா வீரமுடன்
காழ்புணர்ச்சி விட்டு காதலி தமிழை

பண்டைய ஏட்டை பாதுகாத்து வைக்க
பண்பாடு பற்றி சந்ததி அறிந்திட
விண்ணை அளந்த விசித்திரத் தமிழன்
பெண்ணை மதித்து பெருமை கொண்டான்

அன்னை மொழியை அகிலம் கற்க
உன்னை உருக்கி உலகிற்குப் புகட்டு
பொதுமறை போல் புதுமறை எழுதுக

விதிமுறை கொண்ட மொழியின் தொன்மையை
கதியற்று விட்டு கடந்து செல்லாது
வதிவிடம் எங்கும் வழக்கில் தொடர்ந்து
ஆதித் தமிழை அரவனைத்து மகிழ்க

யாழ் பிரபு.ஐயாத்துரை, வேம்படி

തിരക്കഥ

ജലസമാധി

സേതു

ഗ്രീൻബുക്സ്

green books private limited
gb building, civil lane road, ayyanthole,
thrissur- 680 003, kerala, ph: +91 487-2381066, 2381039
website: www.greenbooksindia.com
e-mail: info@greenbooksindia.com

malayalam
jalasamadhi
screen play
by
sethu

published october 2022

cover design : rajesh chalode

printed in india
manipal technologies ltd

branches:
thrissur 0487-2422515
thiruvananthapuram 0471-2335301
calicut 0495 4854662

isbn : 978-93-95878-14-2

₹ 170.00
GBPL/1259/2022

മുഖക്കുറി

ജലസമാധി എന്ന ഈ രചനയിലൂടെ സേതു പറയുന്നത് തമിഴ്നാട്ടിലെ ചില ഗ്രാമങ്ങളിൽ നിലനിന്നിരുന്ന 'തലൈക്കുത്തൽ' എന്ന ആചാരത്തെക്കുറിച്ച് മാത്രമല്ല സമൂഹ മനസ്സാക്ഷിയുടെ നിസ്സഹായാവസ്ഥ കൂടിയാണ്. വരുമാനം നിലയ്ക്കാറായ അച്ഛൻ മരണപ്പെട്ടിട്ടാണെങ്കിലും തനിക്ക് ഒരു ജോലി നേടണം എന്നു മാത്രം ചിന്തിക്കുന്ന മകനും അതിൽ അസ്വാഭാവികതയൊന്നും കാണാതെ പ്രതികരിക്കാൻ മടിക്കുന്ന സമൂഹവും. ഇങ്ങനെയുള്ള ഒരു സാഹചര്യത്തിൽ അകാലത്തിൽ വൃദ്ധനാക്കപ്പെട്ട മുനുസ്വാമി, ഭാര്യയുടെയും മകന്റെയും മറ്റുള്ളവരുടേയും അവഗണനകളാലും സ്നേഹനിഷേധങ്ങളാലും ഇനി ഞാൻ ജീവിച്ചിരുന്നിട്ട് എന്തു കാര്യം എന്ന മനോനിലയിലേക്ക് എത്തിപ്പെടുന്നു. സോളമൻ ദ്വീപുകളിൽ മുറിച്ചുമാറ്റേണ്ട വൃക്ഷങ്ങളെ ശാപവചനങ്ങളാൽ മാത്രം കൊല്ലാൻ കഴിയുന്ന ഒരാചാരം നിലനിൽക്കുന്നുണ്ടത്രേ. നശിപ്പിക്കേണ്ട മരത്തിനു ചുറ്റുംനിന്ന് ഗ്രാമവാസികൾ ദിവസവും ഒരേ സമയത്ത് ശാപവചനങ്ങളും ചീത്ത വാക്കുകളും പറയുമത്രേ. കുറച്ചു ദിവസങ്ങൾ കൊണ്ടുതന്നെ ആ വൃക്ഷം വാടി നശിച്ചുപോകുമെന്നാണ് അവരുടെ വിശ്വാസം. സമാനമായ രീതിയിലാണ് മുനുസ്വാമിയെ വീട്ടുകാരും നാട്ടുകാരും ചേർന്ന് ജലസമാധിയിലേക്ക് നയിക്കുന്നത്.

വാർദ്ധക്യത്തിന്റെ ഒറ്റപ്പെടലുകളും സ്വന്തം താത്പര്യം സംരക്ഷിക്കുന്നതിനായി എന്തും ചെയ്യാൻ മടിക്കാത്ത സമൂഹത്തിന്റെ ഉപഭോഗസംസ്കാരവും പാരിസ്ഥിതിക പ്രശ്നങ്ങൾ അവഗണിക്കുമ്പോൾ ഒരു ഗ്രാമത്തിൽ സംഭവിക്കുന്ന തകർച്ചകളും വളരെ ഹൃദയസ്പർശിയായി വരച്ചുവെച്ചിരിക്കുന്ന ഈ തിരക്കഥയും അതിന്റെ മൂലകഥയും അനുവാചകരിലേക്കെത്തിക്കാൻ കഴിഞ്ഞതിൽ ഗ്രീൻബുക്സിന് അതീവ ചാരിതാർത്ഥ്യമുണ്ട്.

എഡിറ്റർ

ഉള്ളടക്കം

തലൈക്കൂത്തലിൽ നിന്ന് ജലസമാധിയിലേക്ക്

സേതു

പതിറ്റാണ്ടുകൾക്ക് മുമ്പാണ് തമിഴകത്തെ പ്രസിദ്ധമായൊരു പഞ്ചസാര ഫാക്റ്ററിയിലെ പേർസണൽ വകുപ്പിൽ ജോലി ചെയ്തിരുന്ന ഒരു കസിൻ വിചിത്രമായൊരു സംഭവം എന്നോട് പറയുന്നത്. നഷ്ടത്തിൽ പോയിക്കൊണ്ടിരിക്കുന്ന ഒരു ചെറിയ ഫാക്റ്ററി ഏറ്റെടുക്കുന്നതിനെപ്പറ്റി ആലോചിക്കാനായി ആ പ്രദേശം സന്ദർശിക്കുകയായിരുന്നു അവരുടെ സംഘം. ആ ഫാക്റ്ററി കോമ്പൗണ്ടിനകത്ത് കാലു കുത്തിയപ്പോൾ തന്നെ പതിവില്ലാത്ത എന്തോ ഒരു പന്തികേട് അവർക്കു തോന്നിയത്രെ. എവിടെയോ ഒരു ലക്ഷണപ്പിശക്. ഒരു ശാപം കിട്ടിയ വളപ്പിലേക്ക് കടന്നുചെന്നതുപോലെ. പിന്നീട് മുതിർന്ന ചില ഉദ്യോഗസ്ഥന്മാരുമായി സംസാരിക്കുന്നതിനിടയിൽ കുറെ സംഭവങ്ങൾ പുറത്തു വന്നു.

കോമ്പൗണ്ടിന്റെ ഒരു മൂലയിലുള്ള ഒരു കുണ്ടൻ കിണറ്റിൽ വീണ് അഞ്ചാറ് മുതിർന്ന ജീവനക്കാർ മരിച്ചിട്ടുണ്ടത്രെ. മിക്കവരും അടുത്തുതന്നെ ജോലിയിൽനിന്ന് പിരിഞ്ഞുപോകേണ്ട അമ്പത്തൊമ്പത് വയസ്സായവർ. ഇടയ്ക്കിടയ്ക്ക് നടന്നുകൊണ്ടിരുന്ന ഈ മരണങ്ങൾ മുതിർന്ന ജീവനക്കാരുടെ ഇടയിൽ അല്പം അലയിളക്കങ്ങളുണ്ടാക്കിയെങ്കിലും പൊതുവെ അവയെ വെറും അപകടമരണങ്ങളായി കാണാനായിരുന്നു മിക്കവർക്കും താത്പര്യം. ഇതേപ്പറ്റി മരിച്ചയാളുടെ വീട്ടുകാർക്കോ ബന്ധുക്കൾക്കോ നാട്ടുകൂട്ടത്തിനോ കമ്പനിക്കോ എന്തിന് പൊലീസിനു പോലും പരാതിയില്ലെന്നത് എന്നെ അലട്ടി.

പിന്നീട് മരിച്ചവരുടെ മക്കൾക്ക് ആ ഒഴിവിൽ കമ്പനിയിൽ ജോലി കിട്ടിയെന്ന് കേട്ടപ്പോൾ എനിക്ക് കാര്യങ്ങളുടെ

പോക്കിനെപ്പറ്റി കുറച്ചൊക്കെ ഊഹിക്കാനായി. അങ്ങനെയാണ് ഇരുപതു വർഷം മുമ്പ് ജലസമാധിയെന്ന കഥ എഴുതാനിടയായത്. അത് മാതൃഭൂമി ആഴ്ചപ്പതിപ്പിൽ വന്നപ്പോൾ നല്ല പ്രതികരണമായിരുന്നു. എന്തിലും കുറവ് കാണുന്ന എം. കൃഷ്ണൻ നായർ പോലും അതിനെ തന്റെ കോളത്തിൽ പുകഴ്ത്തി എഴുതുകയും ചെയ്തു. പക്ഷേ, എല്ലാ പ്രതികരണങ്ങൾക്കുമപ്പുറം അതിലെ മുഖ്യ കഥാപാത്രമായ മുനുസ്വാമി പിന്നീട് എന്നെ കുറച്ചൊന്നുമല്ല അലട്ടിയത്. അമ്പത്തൊമ്പത് വയസ്സ് കഴിഞ്ഞയാൾ തന്റെ അവസാന ദിവസങ്ങൾ എണ്ണുകയാണ്. അയാളുടെ ഉറ്റ സുഹൃത്തായിരുന്ന മുത്തുവിന്റെ മരണവും അതേ പൊട്ട ക്കിണറിൽ വീണുതന്നെയായിരുന്നു. അയാളുടെ മകന് ചട്ടപ്രകാരം കമ്പനിയിൽ ജോലി കിട്ടുകയും ചെയ്തു. അതോടെ മുനുസ്വാമി മകൻ രാജയെ ശത്രുവായി കാണാൻ തുടങ്ങുന്നു. എന്നെങ്കിലുമൊരിക്കൽ അവനും തന്നെ ആ പൊട്ടക്കിണറ്റിൽതന്നെ തള്ളിയിടുമെന്ന ഭയത്തിൽ രാത്രിയിലെ ഷിഫ്റ്റ് കഴിഞ്ഞു വീട്ടിലേക്ക് സൈക്കിൾ ചവിട്ടുന്നതു തന്നെ മരണഭയത്തോടെയായിരുന്നു. പിറകിൽ കരിയിലകളുടെ അനക്കം, കുറ്റിക്കാട്ടിലൂടെ ഓടുന്ന കുറുക്കൻ, നായ്ക്കളുടെ ഓരിയിടൽ തുടങ്ങിയവയെല്ലാം തനിക്കുള്ള തെളിഞ്ഞ സൂചനകളായാണ് അയാൾ കണ്ടത്. വീട്ടിലാണെങ്കിൽ ഭാര്യയ്ക്ക് അയാളിലുള്ള താത്പര്യം കുറഞ്ഞു വരുന്നത് അയാൾ കാണുന്നുണ്ട്. താൻ താലികെട്ടി കൊണ്ടുവന്ന പൊണ്ടാട്ടിക്ക് ഇപ്പോൾ മകനെ മതി. ഭാവിയിൽ ആ കുടുംബത്തെ തീറ്റിപ്പോറ്റേണ്ടത് അവനാണ്. മുനുസ്വാമിയുടെ ഒരേയൊരു ആശ്രയം ഇളയ മകൾ കാവേരിയാണ്. അച്ഛന്റെ അവസ്ഥ കൃത്യമായി തിരിച്ചറിഞ്ഞ അവൾ തനിക്ക് കഴിയുന്ന വിധത്തിൽ ധൈര്യം കൊടുക്കാൻ ശ്രമിക്കുന്നുണ്ട്. പക്ഷേ, എന്തുതന്നെയായാലും, തന്റെ അന്ത്യവിധി എന്തായിരിക്കുമെന്നതിന് മുനുസ്വാമിക്ക് യാതൊരു സംശയവുമില്ലായിരുന്നു. ഒരു ഇരുണ്ട നിഴൽപോലെ മരണം പുറകെയുള്ളപ്പോൾ എപ്പോൾ, എവിടെ, എങ്ങനെ എന്നീ ചോദ്യങ്ങളേ ശേഷിക്കുന്നുള്ളൂ.

കഥ എഴുതിക്കഴിഞ്ഞിട്ടും അതിന്റെ ആശയം വല്ലാത്തൊരു അലട്ടലായി എന്നെ വിടാതെ പിന്തുടർന്നുകൊണ്ടിരുന്നു. യന്ത്രങ്ങളുടെ കാര്യത്തിലെന്ന പോലെ, ഉപയോഗം

കഴിഞ്ഞവയെയെല്ലാം എറിഞ്ഞു കളയുന്ന 'ത്രോ എവെ' സംസ്കാരം നമ്മുടെ നാട്ടിനും അന്യമല്ലാതായി കഴിഞ്ഞിരിക്കുന്നു. ബന്ധങ്ങൾക്ക് വിലയില്ലാത്ത ഇക്കാലത്ത് കറവ വറ്റിയ കന്നുകാലികളെപ്പോലെ വൃദ്ധജനങ്ങളെ എവിടെയെങ്കിലും പ്രത്യേകിച്ചും ദേവാലയ നടകളിൽ, പൊതുയിടങ്ങളിൽ കൊണ്ടുപോയി നടതള്ളിയ എത്രയോ സംഭവങ്ങൾ നമ്മുടെ മുമ്പിൽതന്നെയുണ്ട്. ആയുസ്സിന്റെ നീളം പ്രായേണ കൂടി വരുന്ന കാലത്ത് രോഗികളും അവശരും കുടുംബത്തിന് വലിയൊരു ഭാരമായി തീരുന്നു, ചികിത്സാ ചിലവുകൾ താങ്ങാനാവാത്ത നിലയിൽ കൂടിവരുമ്പോൾ വിശേഷിച്ചും. അതുകൊണ്ടാവാം, ചെറിയ പട്ടണങ്ങളിൽ പോലും വൃദ്ധസദനങ്ങളും അഗതിമന്ദിരങ്ങളും ഇത്രയേറെ പൊങ്ങി വരുന്നത്.

ഇവിടെയാണെങ്കിൽ, ഒരു ജനത അതിനൊരു എളുപ്പ വഴി കണ്ടെത്തിയിരിക്കുകയാണ്. ഏകപക്ഷീയമായ ദയാവധം. ഈ പശ്ചാത്തലത്തിൽ ഈ ആശയത്തെ കുറെക്കൂടി വിശാലമായ പരിസരങ്ങളിൽ പരിശോധിക്കണമെന്ന് എനിക്ക് തോന്നി. അങ്ങനെയാണ് മൂന്നു വർഷങ്ങൾക്കുള്ളിൽ 'അടയാളങ്ങൾ' എന്ന നോവൽ പിറവിയെടുക്കുന്നത്. ഫാക്റ്ററി കോമ്പൗണ്ടിലെ ഈ കൂട്ടമരണങ്ങൾ തീർച്ചയായും സമൂഹമനസ്സിനെ മുറിവേൽപ്പിക്കാതെ വയ്യെന്ന് എനിക്ക് തോന്നി. മാത്രമല്ല, എന്ത് അന്യായം നടന്നാലും ആരും പ്രതികരിക്കാത്തൊരു അവസ്ഥയിലേക്ക് നമ്മുടെ നാട് അധഃപതിച്ചുപോയെന്ന് എനിക്ക് വിശ്വസിക്കാനായില്ല. തീർച്ചയായും ആരെങ്കിലും അതെപ്പറ്റി അന്വേഷിക്കാതെയിരിക്കില്ല. എവിടെയെങ്കിലും ചെറിയൊരു അലയിളക്കം ഉണ്ടാകാതെ വയ്യ. അങ്ങനെ ആലോചിച്ചു പോയപ്പോഴാണ് പ്രിയംവദ എന്ന സ്ത്രീ ഒരു കഥാപാത്രമായി എന്റെ ഉള്ളിലേക്ക് കടന്നുവരുന്നത്. ചില കമ്പനികളുടെ ഗ്രൂപ്പ് ഹെഡ് ക്വാർട്ടേർസിലെ ഹ്യൂമൻ റിസോഴ്സസ് വകുപ്പിന്റെ മേധാവിയാണവർ. തങ്ങളുടെ വിഷയത്തിലെ ഉന്നതർ പങ്കെടുക്കുന്ന ഒരു സെമിനാറിൽ ഈ സംഭവങ്ങളുമായി ബന്ധപ്പെടുത്തി ഒരു പ്രബന്ധം അവർ അവതരിപ്പിക്കുന്നു. ആ സംഭവപരമ്പരയെ ഒരു കല്പിതകഥയുടെ ചമത്കാരത്തോടെ അവർ പറഞ്ഞുപോകുന്നു. നടന്നതെല്ലാം സത്യമാണെങ്കിലും അതിനു ശേഷമുള്ള വികാസം

തന്റെ ഭാവനയിലൂടെ സൃഷ്ടിച്ച് ആ സദസ്സിനു മുൻപിൽ അവതരിപ്പിക്കുകയായിരുന്നു പ്രിയംവദ. വളരെ മികച്ച രീതിയിൽതന്നെ ഈ പ്രബന്ധം അവിടെ സ്വീകരിക്കപ്പെട്ടെങ്കിലും അത് കുറച്ചൊക്കെ അവിശ്വസനീയമായി തോന്നി ചിലർക്കെങ്കിലും...

ആ കമ്പനിയിലെ പുതിയ പേഴ്സണൽ ഓഫീസറായി ചെറുപ്പക്കാരിയായ നിവേദിത ചാർജ്ജെടുക്കാനെത്തുന്നതോടെയാണ് ഈ നോവലിലെ കഥ വിടരുന്നത്. ഒരു ട്രേഡ് യൂണിയൻ നേതാവിന്റെ മകളായ അവൾ പഠിക്കുമ്പോഴേ ചെറിയൊരു ആക്റ്റിവിസ്റ്റായിരുന്നു. തന്റെ നീണ്ട കാലത്തെ ട്രേഡ് യൂണിയൻ പ്രവർത്തനങ്ങളിൽ വളരെയേറെ ത്യാഗങ്ങൾ അനുഭവിക്കേണ്ടി വന്നിട്ടുണ്ട് അവളുടെ അച്ഛന്. മുതലാളിമാരുടെ ഗുണ്ടകൾ തല്ലിച്ചതച്ചിട്ടും പിൻമാറാതെ നീതിക്കുവേണ്ടി പോരാടാൻ മുന്നോട്ടുവന്ന അദ്ദേഹം എന്നും അവളുടെ റോൾ മോഡലായിരുന്നു. അത്തരം കയ്പ് നിറഞ്ഞ ജീവിതാനുഭവങ്ങളുള്ള നിവേദിതയ്ക്ക് കമ്പനിക്കു വേണ്ടി തങ്ങളുടെ മുഴുവൻ ജീവിതവും ആരോഗ്യവും സമർപ്പിച്ച ആ പാവപ്പെട്ട തൊഴിലാളികളോട് കാട്ടുന്ന നീതികേടിനെതിരെ ശബ്ദമുയർത്താതെ അടങ്ങിയിരിക്കാനാവില്ല. അങ്ങനെ മരിച്ചുപോയ മുത്തുവിന്റെ മകൻ പളണിക്ക് ജോലി കൊടുക്കാനുള്ള കടലാസുകൾ അവൾ തടഞ്ഞുവയ്ക്കാൻ ശ്രമിക്കുന്നു. ജോലി കിട്ടാൻ വേണ്ടി സ്വന്തം അച്ഛനെ കൊല്ലാൻപോലും മടിക്കാത്ത അവന് കമ്പനിയിൽ ജോലി കൊടുക്കാൻ പാടില്ലെന്ന നിലപാടിൽ അവൾ ഉറച്ചുനിന്നു. പക്ഷേ, ഇക്കാര്യത്തിൽ അവൾക്ക് മാനേജ്മെന്റിലെ ഉയർന്ന ഉദ്യോഗസ്ഥന്മാരുമായി ഉരസേണ്ടി വരുന്നു... അങ്ങനെയാണ് ഈ നോവലിലെ ഉപകഥ വികസിച്ചു പോകുന്നത്.

ഈ നോവൽ പ്രസിദ്ധീകരിച്ചു കുറെ കഴിഞ്ഞപ്പോൾ തെന്നിന്ത്യയിലെ ചില ഭാഗങ്ങളിൽ നടന്നിരുന്ന സമാന സംഭവങ്ങളെപ്പറ്റി കൂടുതൽ വിവരങ്ങൾ കിട്ടി. തമിഴകത്തെ വിരുദുനഗർ തുടങ്ങിയ ചില പ്രദേശങ്ങളിൽ വളരെ കാലമായി നടപ്പിലുണ്ടായിരുന്ന ഒരാചാരമായിരുന്നത്രെ 'തലൈക്കുത്തൽ'. ജീവിക്കാൻ നിവൃത്തിയില്ലാത്ത, തീരെ ദരിദ്രരായ, അല്ലെങ്കിൽ രോഗാതുരരായ വൃദ്ധജനങ്ങളെ ദയാവധത്തിന് ഇരയാക്കുകയെന്നതായിരുന്നു ആ സമ്പ്രദായം.

കാരണങ്ങളായി പറയാൻ ഓരോരുത്തർക്കും ഓരോ ന്യായങ്ങൾ കാണും. മിക്കവരും പറയുന്നത് വല്ലാതെ അവശതയിലായ ഈ ജീവിയോട് തങ്ങൾ കാട്ടുന്ന കരുണയല്ലേ ഇതെന്നാണ്. എന്തായാലും, അടുത്ത ബന്ധുക്കളുടെ പങ്കാളിത്തത്തോടെയോ, മൗനാനുവാദത്തോടെയോ ആണ് ഇതെല്ലാം നടക്കുന്നത്. സമുദായത്തിന്റെയും നാട്ടുകൂട്ടത്തിന്റെയും പിന്തുണയുമുണ്ട്.

ഇതേപ്പറ്റി വന്ന ചില പത്രവാർത്തകൾ വല്ലാതെ നടുക്കുന്നവയായിരുന്നു. ഈ തലൈക്കുത്തൽ ചടങ്ങുകൾ ഓരോ സ്ഥലത്തും നടന്നിരുന്നത് ഓരോ രീതിയിലായിരുന്നത്രെ. ഇതിന് ഇരുപതിലേറെ വഴികളുണ്ടെന്നു വരെ ചില പഠനങ്ങളിൽ കാണാനായി. ചിലയിടങ്ങളിൽ അതിന് ഏതാണ്ടൊരു ആഘോഷത്തിന്റെ സ്വഭാവം കൂടി കൈവരുന്നു. ചടങ്ങിനു മുൻപ് വൃദ്ധനെ ഒരുക്കുന്നതുതന്നെ വളരെ വിശദമായാണ്. അന്ത്യയാത്രയ്ക്കായി കുളിപ്പിച്ച് ശുദ്ധമാക്കി, നെറ്റിയിൽ ഭസ്മം പൂശി, കോടിയുടുപ്പിച്ച് ഒരു മുളങ്കട്ടിലിൽ കിടത്തുന്നു. എന്നിട്ട് ശരീരത്തിൽ എണ്ണ കുളുർക്കെ തേച്ചുപിടിപ്പിക്കുന്നു. എണ്ണ തുടർച്ചയായി ഒഴിച്ചുകൊണ്ടിരിക്കുന്ന രീതിയുമുണ്ട്. അതു കഴിഞ്ഞാണ് കരിക്കിൻവെള്ളം കുടിപ്പിക്കുന്നത്. ചിലപ്പോഴൊക്കെ കൈയും കാലും ബലമായി പിടിച്ചുവച്ചുള്ള നിർബന്ധമായ കുടിപ്പിക്കൽതന്നെ... അങ്ങനെ പതിയെ അയാളുടെ ശരീരത്തിന്റെ താപനില കുറഞ്ഞുവരുന്നു. വൃക്കകളടക്കമുള്ള ആന്തരികാവയവങ്ങൾ ഓരോന്നായി പ്രവർത്തിക്കാതാകുന്നു. അയാൾ ഉണരാത്ത മയക്കത്തിലേക്കു വീണുപോകുന്നു... ഒന്നോ രണ്ടോ ദിവസങ്ങൾക്കുള്ളിൽ എല്ലാം തീരുമെന്നാണ് പറയപ്പെടുന്നത്. വലിയ തണുപ്പുള്ള ഉയർന്ന പ്രദേശങ്ങളിലെ സമ്പ്രദായവും ഏതാണ്ട് ഇതേ വിധത്തിലായിരുന്നു. അവിടെ എണ്ണ കട്ടപിടിച്ചാൽ അവയവങ്ങൾ വേഗം പ്രവർത്തിക്കാതാകുമത്രെ.

ഇതേപ്പറ്റി പഠിക്കാനും എഴുതാനും പലരും ശ്രമിച്ചുവെങ്കിലും തുറന്നുപറയാൻ മടിയായിരുന്നു ആ സമൂഹത്തിലെ മിക്കവർക്കും. ഇന്നിത് അസാദ്ധ്യമാണെന്ന് പറഞ്ഞൊഴിയാൻ ചിലർ നോക്കിയെങ്കിലും ആഘോഷസ്വഭാവം ഒഴിവാക്കി ചിലയിടങ്ങളിൽ വളരെ രഹസ്യമായി ഇപ്പോഴും നടക്കുന്നുണ്ടെന്ന് പറയപ്പെടുന്നു.

പിന്നീട്, ചില വർഷങ്ങൾക്കു മുൻപ് കൗതുകകരമായ ഒരു വാർത്ത ഒരു ഇംഗ്ലീഷ് പത്രത്തിൽ വന്നിരുന്നു. അതിൽ മദിരാശി യൂണിവേഴ്സിറ്റിയിലെ ക്രിമിനോളജിയിലെ ഒരു അസിസ്റ്റന്റ് പ്രൊഫസർ ഈ തലൈക്കുത്തലിനെപ്പറ്റി വിശദമായൊരു പഠനം നടത്തി സർക്കാരിലേക്ക് സമർപ്പിച്ച തിനെപ്പറ്റി വിശദമായൊരു റിപ്പോർട്ട് കണ്ടു. അവരുടെ ഉത്സാഹത്തിൽ പ്രവർത്തിക്കുന്ന ഒരു എൻ.ജി.ഒ. ഈ ആചാരത്തിനെതിരായി പ്രവർത്തിക്കുന്നുമുണ്ടത്രെ. വായിച്ചു നോക്കിയപ്പോൾ അവരുടെ പേരും പ്രിയംവദ എന്നാണെന്ന് കണ്ടു ഞാൻ അതിശയിച്ചു പോയി. പിന്നീട് ഏറെ പണി പ്പെട്ട് അവരുടെ ഇമെയിൽ ഐഡി കണ്ടുപിടിച്ച് അവ രുമായി ബന്ധപ്പെട്ടു. എന്റെ രചനയെപ്പറ്റി പറഞ്ഞപ്പോൾ അവർക്കും വലിയ അതിശയമായി. അപ്പോഴേക്കും കേന്ദ്ര സാഹിത്യ അക്കാദമി അവാർഡും വയലാർ അവാർഡും നേടിയ അടയാളങ്ങൾക്ക് ഇംഗ്ലീഷിനു പുറമെ തമിഴ്, തെലുങ്ക്, കന്നഡ എന്നീ ഭാഷകളിലുള്ള പരിഭാഷകൾ ഇറങ്ങിക്കഴിഞ്ഞിരുന്നു. പിന്നീട് അത് ഹിന്ദിയിലും വന്നു. അവയിലൊന്ന് ശ്രദ്ധയോടെ വായിച്ചിട്ട് പ്രൊഫ: പ്രിയംവദ പറഞ്ഞത് ഈ കഥ എന്റേത് തന്നെയാണല്ലോ എന്നാ യിരുന്നു. അങ്ങനെ എന്റെ പ്രിയ കഥാപാത്രത്തിന് മറു നാട്ടിൽ ഒരു മറുപിറവി!

എന്റെ നീണ്ടകാലത്തെ എഴുത്തനുഭവങ്ങളിൽ ചേർത്തു വയ്ക്കാൻ ഇങ്ങനെയും ചിലത്!

വർഷങ്ങൾക്കുശേഷം സംവിധായകനായ വേണു നായർ ഇത് സിനിമയാക്കാമെന്ന് പറഞ്ഞു സമീപിച്ചപ്പോൾ താത്പര്യം തോന്നി. പൊതുവെ ഈ രംഗത്തെ എന്റെ അനുഭവങ്ങൾ അത്ര സുഖകരമല്ലെങ്കിലും എന്റെ രചന വേണുവിന്റെ കൈയിൽ സുരക്ഷിതമായിരിക്കുമെന്ന് എനിക്ക് ഉറപ്പുണ്ടായിരുന്നു. കാരണം, വളരെ പണ്ട് ദൂരദർശനു വേണ്ടി എന്റെ പതിനേഴ് കഥകൾ 'സേതുവിന്റെ കഥകൾ' എന്ന പേരിൽ വളരെ നന്നായി വേണു അവതരിപ്പിച്ചിരുന്നു. നെടുമുടി വേണു, ജഗന്നാഥൻ, മഞ്ജുപിള്ള, ശിവജി, വിഷ്ണു പ്രകാശ് തുടങ്ങിയ പല പ്രഗത്ഭന്മാരും അതിൽ അഭിനയിച്ചിരുന്നു. അതിന്റെ പാതിയോളം ഭാഗങ്ങളുടെ തിരക്കഥ ഞാനാണ് എഴുതിയത്. മറ്റുള്ളവ ശ്രീവരാഹം ബാലകൃഷ്ണനും. പൊതുവെ മികച്ച പ്രതികരണമായി രുന്നു ഈ സീരീസിന് കിട്ടിയത്.

അങ്ങനെ അടയാളങ്ങളിലെ ചില ഭാഗങ്ങളും കൂടി ചേർത്താണ് ഞാൻ 'ജലസമാധി'യുടെ തിരക്കഥയ്ക്ക് രൂപം കൊടുത്തത്. ഡോക്യുമെന്ററി രംഗത്ത് ദീർഘ കാലത്തെ പരിചയമുള്ള വേണു നായരുടെ ആദ്യത്തെ ഫീച്ചർ സിനിമയാണിത്. ഇത്തരം വിഷയങ്ങൾക്ക് ഒരു നിർമ്മാതാവിനെ കിട്ടുക വളരെ പ്രയാസമായതുകൊണ്ട് വളരെ നാളത്തെ പരിശ്രമത്തിലൂടെ സ്വരൂപിച്ച സ്വന്തം സമ്പാദ്യം ഉപയോഗിച്ചു പടമെടുക്കുകയെന്ന ധീരകൃത്യ മാണ് വേണു ചെയ്തത്. പക്ഷേ, പ്രധാന റോളിലേക്ക് പറ്റിയ ഒരു നടനെ കണ്ടെത്താനായിരുന്നു ഞങ്ങൾക്ക് കൂടുതൽ പാട്. അല്പം തമിഴക പശ്ചാത്തലമുള്ള ഒരാളെ കിട്ടിയാൽ വളരെ നന്നായിരുന്നു. കാരണം, കേരളത്തി ന്റേയും തമിഴ്നാടിന്റേയും അതിർത്തിയിലുള്ള ഒരു സ്ഥലത്ത് കഥ നടക്കുന്നതായാണ് സിനിമയിൽ സങ്കല്പിച്ചിരിക്കുന്നത്. അതുകൊണ്ടുതന്നെ അവിടത്തെ ഭാഷ പൊതുവെ തമിഴും മലയാളവും കലർന്നതായിരിക്കും.

പലരേയും നോക്കിയെങ്കിലും ഒടുവിൽ അടുത്ത കാലത്ത് തമിഴ് സിനിമയിൽ ശ്രദ്ധേയമായ കുറെ വേഷങ്ങൾ ചെയ്തി ട്ടുള്ള എം.എസ്. ഭാസ്കറെ കിട്ടിയതോടെ ആ തെരച്ചിൽ അവസാനിച്ചു. ആദ്യം കിട്ടിയ ഫോട്ടോയിൽതന്നെ എന്റെ മുനുസ്വാമിയെ കണ്ടെത്തിയതായി എനിക്ക് തോന്നി. അദ്ദേഹം ജലസമാധിയിലെ മുനുസ്വാമിയുടെ പ്രധാന റോൾ അതിപ്രഗത്ഭമായി കൈകാര്യം ചെയ്യുകയും ചെയ്തു. പ്രധാന ഭാഗങ്ങൾ ചിത്രീകരിച്ചത് പീരുമേട്ടിനടുത്തൊരു പ്രദേശത്താണെങ്കിലും ഫാക്റ്ററിയുമായി ബന്ധപ്പെട്ട കുറെ ഭാഗങ്ങൾ തിരുവനന്തപുരത്ത് ചിത്രീകരിച്ചപ്പോൾ ഞാൻ ആ ലൊക്കേഷനിൽ പോയിരുന്നു. തികച്ചും അനായാ സമായി മുനുസ്വാമിയുടെ വിഷമം പിടിച്ച റോൾ അദ്ദേഹം ചെയ്യുന്നതു കണ്ടപ്പോൾ അത് അദ്ദേഹത്തിനു വേണ്ടി കരുതിവെച്ച വേഷമാണെന്ന് തോന്നിപ്പോയി.

പിന്നീട് എറണാകുളത്തെ ക്യൂബ് ലാബിൽ പ്രോസ സ്സിങ്ങ് നടക്കുമ്പോഴത്തെ പ്രത്യേക പ്രിവ്യൂവിൽതന്നെ ചിത്രം കാണാനായപ്പോൾ ഞാനും ഭാര്യയും വല്ലാതെ അസ്വസ്ഥരായിപ്പോയി, പ്രത്യേകിച്ചും കഥാപാത്രമായ ഭാസ്കറിന്റെ അഭിനയം കണ്ടപ്പോൾ. അത്രയേറെ അനാ യാസമായാണ് അദ്ദേഹത്തിന്റെ മുഖത്ത് വിവിധ വികാരങ്ങൾ

മിന്നിമറഞ്ഞുകൊണ്ടിരുന്നത്. തന്റെ ആദ്യ ഫീച്ചർ പട മാണെന്ന് തോന്നിക്കാത്ത വിധത്തിൽ അത്രയേറെ സമർത്ഥ മായി വേണുവും കൂട്ടരും കൂടി ആ ചിത്രം ഒരുക്കിയിരുന്നു. പിന്നീട് തിരുവനന്തപുരത്തെ ആദ്യത്തെ പ്രീവ്യൂവിൽ ശ്രീകുമാരൻ തമ്പി, വി.എം. സുധീരൻ, സി. ദിവാകരൻ എം.എൽ.എ, ടി.പി. ശ്രീനിവാസൻ, കെ. കുഞ്ഞിക്കൃഷ്ണൻ, കെ.വി. മോഹൻകുമാർ തുടങ്ങി ഒട്ടേറെ പ്രമുഖർ പങ്കെടു ത്തിരുന്നു. വളരെ മികച്ച പ്രതികരണമാണ് അന്ന് ചിത്ര ത്തിനു കിട്ടിയത്. പിന്നീട് സുധീരന്റെയും ദിവാകരന്റെയും താത്പര്യത്തിൽ നിയമസഭാ സാമാജികർക്കായി ഏർപ്പെടു ത്തിയ പ്രത്യേക പ്രദർശനത്തിൽ മന്ത്രി എ.കെ. ശശീന്ദ്രനു പുറമെ പല എം.എൽ.എമാരും സന്നിഹിതരായിരുന്നു... തമിഴിലെ ഒരു പ്രസിദ്ധ നടനായ ഭാസ്കറുമായി ഇപ്പോഴും നല്ല ബന്ധം പുലർത്തുന്നുണ്ട്.

ഇവിടത്തെ IFFK, IFFI എന്നീ ഫെസ്റ്റിവലുകൾ തിര സ്കരിച്ച ഈ ചിത്രം പിന്നീട് ലോകമാകെയുള്ള ആറ് ഭൂഖണ്ഡങ്ങളിലെ ഇരുപത്തിനാല് രാജ്യങ്ങളിലെ അമ്പത്ത ഞ്ചോളം അന്താരാഷ്ട്ര ഫിലിം ഫെസ്റ്റിവലുകളിൽ സ്വീകരി ക്കപ്പെട്ടു. മികച്ച ചിത്രത്തിനും സംവിധാനത്തിനുമടക്കം നിരവധി അംഗീകാരങ്ങളും നേടി. എന്റെ തിരക്കഥയ്ക്ക് യറൂശലേമിലും സിംലയിലുമുള്ള ഫെസ്റ്റിവലുകളിൽ അംഗീ കാരം കിട്ടി. കൂടാതെ ജലസമാധിയും മറ്റു കഥകളും എന്ന പേരിൽ ഒരു കഥാസമാഹാരം ഇംഗ്ലീഷിലും പുറത്തു വന്നിട്ടുണ്ട്. ദില്ലിയിലെ ഒരു പ്രത്യേക പ്രദർശനം കാണാ നിടയായ ആ പുസ്തകത്തിന്റെ പ്രസാധകരായ രത്ന ബുക്സിന്റെ ചീഫ് എഡിറ്റർ ദിനേഷ് സിൻഹ, ഒരു ദേശീയ അവാർഡ് കിട്ടേണ്ട പ്രകടനമാണ് ഭാസ്കറിന്റേതെന്ന് എടുത്തുപറഞ്ഞു.

ഈ പുസ്തകത്തിൽ തിരക്കഥയോടൊപ്പം, ചിത്രവു മായി ബന്ധപ്പെട്ട പ്രധാന വിവരങ്ങളും മൂലകഥയും ചേർത്തിട്ടുണ്ട്

■

ജലസമാധിയും ഞാനും

വേണു നായർ

(ജലസമാധിയുടെ സംവിധായകൻ)

സേതു സാറുമായി എന്റെ അടുപ്പം തുടങ്ങുന്നതു 1989ൽ ആണ്. ദൂരദർശൻ സംപ്രേഷണം കേരളം മൊത്തം വ്യാപിച്ചുകഴിഞ്ഞ കാലമാണ്. സിനിമാ മോഹവുമായി ഞാനും ജീവിക്കുന്ന സമയം. സംവിധാനം, തിരക്കഥാരചന, അഭിനയം ഇത്യാദികളിലെല്ലാം എനിക്ക് വലിയ താത്പര്യം ഉണ്ടായിരുന്നെങ്കിലും ഇതിൽ ഏതെങ്കിലും ഒന്നിൽ കര പിടിക്കണം എന്ന ഉറച്ച ആഗ്രഹത്തിൽ ഞാൻ എന്റെ പ്രവർത്തനങ്ങൾ തുടങ്ങിയിരുന്നു. ആ സമയത്താണ് ദൂരദർശൻ പുതിയ സ്ക്രിപ്റ്റുകൾ സ്വീകരിക്കുന്നു എന്ന് ഒരു സുഹൃത്ത് മുഖാന്തിരം അറിയാൻ കഴിഞ്ഞത്. എന്തായാലും സ്ക്രിപ്റ്റ് കൊടുക്കാൻ തീരുമാനിക്കുന്നു. ആ സമയം ഒ.വി. ഉഷചേച്ചി കോട്ടയത്ത് എം.ജി. സർവ്വകലാശാലയിൽ ജോലി ചെയ്യുന്നുണ്ട്. ഉഷചേച്ചിയുമായി ഇത്തരം കാര്യങ്ങൾ നിരന്തരം ഞാൻ ചർച്ച ചെയ്യാറുണ്ട്. ഉഷചേച്ചിയും എന്റെ ഭാര്യ ഗുർദീപും പരേതനായ എന്റെ പ്രിയ സുഹൃത്ത് സുധീറും ഞാനും കൂടി ആലോചിച്ചു, എന്തു തരം കഥകൾ സീരിയലിനുവേണ്ടി സ്വീകരിക്കാം? ഞാൻ രണ്ട് അഭിപ്രായങ്ങൾ ചർച്ചയ്ക്കു വച്ചു. ഒന്ന് പുനത്തിൽ കുഞ്ഞബ്ദുള്ളയുടെ 'മരുന്ന്', രണ്ട് സേതുവിന്റെ പാണ്ഡവപുരം. ഇതു രണ്ടും മാതൃഭൂമി ആഴ്ചപ്പതിപ്പിൽ സീരിയലൈസ് ചെയ്തു വന്നപ്പോൾ ഞാൻ വായിക്കുകയും വളരെ ഇഷ്ടം തോന്നുകയും ചെയ്ത നോവലുകളാണ്.

അപ്പോൾ ഉഷചേച്ചി പറഞ്ഞു, ''വേണു, മരുന്ന് കൊള്ളാം. പാണ്ഡവപുരം സിനിമയായിക്കഴിഞ്ഞതാണ്.

അതുകൊണ്ട് നമുക്ക് സേതുവിന്റെ കുറച്ചു കഥകൾ നോക്കാം, അത് ദൂരദർശൻ അപ്രൂവലും കുറച്ച് എളുപ്പമാക്കിയേക്കാം.'' എല്ലാവരും അത് ശരിവച്ചു. അങ്ങനെ ഞാനും സുധീറും ചേർന്ന് വടകരയിൽ പോയി പുനത്തിൽ സാറിനെ കണ്ട് മരുന്നിന്റെ അവകാശം വാങ്ങി നരേന്ദ്രപ്രസാദ് സാറിനെ തിരക്കഥാരചനയ്ക്ക് ഏല്പിച്ചു.

അടുത്തത് സേതുവിന്റെ കഥകൾക്കുവേണ്ടിയുള്ള ശ്രമമാണ്. ഞാനും ഗുർദീപും കൂടി സേതു സാറിനെ കണ്ട് 'ദൂത്' ഉൾപ്പടെയുള്ള കുറച്ചു കഥകളുടെ റൈറ്റ് ചോദിക്കാൻ തീരുമാനിച്ചു. സാർ അന്ന് എറണാകുളത്ത് എസ്.ബി.ടിയുടെ എം.ജി. റോഡിലുള്ള ബ്രാഞ്ചിൽ വളരെ ഉയർന്ന പോസ്റ്റിൽ ജോലി ചെയ്യുന്ന വിവരം മാതൃഭൂമിയിലെ ഉദ്യോഗസ്ഥനായിരുന്ന ശ്രീ. സണ്ണിക്കുട്ടി അബ്രഹാം വഴി അറിയാൻ കഴിഞ്ഞിരുന്നു. സേതുസാറുമായുള്ള കൂടിക്കാഴ്ചയ്ക്ക് മുൻകൂട്ടി സമയം ഒന്നും ചോദിച്ചിരുന്നില്ലെങ്കിലും ബിസിനസ് കാർഡ് കൊടുത്ത ഉടൻതന്നെ ഞങ്ങളെ അകത്തേക്ക് വിളിപ്പിച്ചു. വളരെ ഹ്രസ്വമായ കൂടിക്കാഴ്ചയിൽ സാർ കഥകൾ തരാമെന്ന് സമ്മതിച്ചു. ആരാണ് സ്ക്രിപ്റ്റ് ചെയ്യുന്നത് എന്ന സാറിന്റെ ചോദ്യത്തിന് നരേന്ദ്രപ്രസാദ് എന്ന് ഞാൻ ഉത്തരം നൽകി. സാറിനു സന്തോഷമായി. ബാക്കി പ്രൊഡക്ഷൻ ഒക്കെ...? അത്ര ഉറപ്പൊന്നും ഇല്ലായിരുന്നെങ്കിലും പുറമേ നല്ല ധൈര്യത്തോടെ ഞാൻ പറഞ്ഞു ''ഞങ്ങൾ തന്നെയാണ്.'' സാർ ഓക്കേ പറഞ്ഞു. അപ്പോൾ എനിക്ക് ഒരു സംശയം സാറിനിപ്പോൾ എന്തെങ്കിലും അഡ്വാൻസിനു വേണ്ടിയാണോ അങ്ങനെ ചോദിച്ചത്? ''സർ അഡ്വാൻസ് എന്തെങ്കിലും?'' ഞാൻ ചോദിച്ചു. ''അതൊക്കെ പിന്നെ മതി. ആദ്യം കാര്യങ്ങൾ ഭംഗിയായി നടക്കട്ടെ. കഥകളുടെ സമാഹാരം ബുക്ക് സ്റ്റാളുകളിൽ കിട്ടും. ഏതൊക്കെ വേണമെന്ന് പറഞ്ഞാൽ മതി.'' യാത്ര പറഞ്ഞിറങ്ങുമ്പോൾ വലിയ സന്തോഷം തോന്നി. കാരണം പൊതുവേ എഴുത്തുകാർ ഉടമ്പടിയൊക്കെ സൈൻ ചെയ്തു വലിയ ഒരു തുക അഡ്വാൻസും കൈപ്പറ്റിയ ശേഷം മാത്രമേ ഇത്തരം കാര്യങ്ങൾ ചെയ്യാറുള്ളൂ. ഞാൻ ചിന്തിച്ചു: ഇല്ല... നല്ല മനുഷ്യർ ഈ ലോകത്ത് കുറ്റിയറ്റിട്ടില്ല.

അങ്ങനെ 'സേതുവിന്റെ കഥകൾ' എന്ന പതിനേഴു ഭാഗങ്ങളുള്ള ടെലിവിഷൻ സീരിയൽ ശ്രീവരാഹം ബാല കൃഷ്ണൻ സർ തിരക്കഥയെഴുതി ഞാൻ സംവിധാനം ചെയ്ത് രണ്ടായിരാമാണ്ടിൽ ദൂരദർശനിലൂടെ തന്നെ വെളിച്ചം കണ്ടു. 'സേതുവിന്റെ കഥകൾ' ദൂരദർശൻ റ്റാം റേറ്റിങ്ങിൽ ഏതാനും ആഴ്ചകൾ ഒന്നാം സ്ഥാനവും ദിവസേനയുള്ള സീരിയൽ ദൂരദർശൻ തുടങ്ങിയപ്പോൾ രണ്ടാംസ്ഥാനം അവസാനംവരെ നിലനിർത്തുകയും ചെയ്തു എന്നു മാത്രമല്ല, വ്യക്തിപരമായി ഒരു നല്ല സംവി ധായകൻ എന്ന പേര് ഈ സീരിയൽ വഴി എനിക്ക് സമ്പാദിക്കാനും സാധിച്ചു എന്നത് നന്ദിയോടെ സ്മരി ക്കുന്നു.

പിന്നെ ഞാൻ സാറിന്റെ 'കൈവഴികൾ' എന്ന നോവൽ സിനിമയാക്കാൻ ശ്രമിച്ചെങ്കിലും നടന്നില്ല. വർഷങ്ങൾക്കു ശേഷം 2014ൽ സാറിന്റെ 'അടയാളങ്ങൾ' എന്ന നോവൽ ഞാൻ വായിക്കുകയുണ്ടായി. പ്രിയംവദയുടെയും മകൾ നീതുവിന്റെയും കഥ ഹൃദയത്തിൽ ഒരിക്കലും മാറാത്ത നൊമ്പരമുണ്ടാക്കി. എങ്കിലും മീനാക്ഷിപ്പാളയത്തെ മുനു സ്വാമിയുടെ മരണമാണ് എന്നെ കൂടുതൽ അസ്വസ്ഥനാക്കി യത്. അയാളുടെ കൂടെ ദീർഘകാലം ജീവിതം പങ്കിട്ട ഭാര്യക്കോ, താലോലിച്ചു വളർത്തിയ മകനോ, ചങ്ങാതി മാർക്കോ സഹപ്രവർത്തകർക്കോ എന്തിന് അയാളുടെ സ്പന്ദനങ്ങൾ ആഴത്തിൽ തൊട്ടറിഞ്ഞ ആ ഗ്രാമത്തിനു തന്നെയും ജീവിതത്തിൽനിന്നും തല്ലിക്കൊഴിക്കപ്പെട്ട അയാൾ വെറുമൊരു ഐതിഹ്യ കഥാപാത്രമാകുകയാണ്. മുനുസ്വാമിയുടെ മകൾ കാവേരിയുടെ നിലവിളിയും നിരാ ലംബതയും സമൂഹത്തിനുമേലുള്ള ചോദ്യവും ബാധ്യത യുമായി മാറുന്നത് ആധുനിക സമൂഹത്തിലും പ്രസക്ത മാണെന്നു തോന്നി. ആ വിഷയം ഞാനുദ്ദേശിക്കുന്ന തര ത്തിലുള്ള, ഒരു നല്ല സിനിമയ്ക്കുള്ള പ്രമേയമാണെന്ന് മനസ്സ് പറഞ്ഞു.

മുനുസ്വാമിയുടെ ജീവിതസാഹചര്യങ്ങൾ മാത്രമെടുത്ത് ഒരു വ്യത്യസ്തമായ പശ്ചാത്തലത്തിൽ സിനിമ ചെയ്യാമെന്ന തീരുമാനത്തിൽ ഞാൻ ഇടുക്കിയിലുള്ള പല സ്ഥലങ്ങളും നേരിൽ കണ്ടു. കുമളിയിൽ താമസിച്ചു കേരള-തമിഴ്നാട് ബോർഡർ ഏരിയയിൽ താമസിക്കുന്ന മനുഷ്യരുടെ ജീവിതം

പഠിച്ചു. കുറച്ചു മാസങ്ങളെടുത്ത് ഒരു തിരക്കഥ രചിക്കുകയുണ്ടായി. അത് ഒരു ഘട്ടമെത്തിയപ്പോൾ എനിക്ക് തോന്നി ഇതൊന്നു സേതുസാറിന് വായിക്കാൻ കൊടുത്ത് അഭിപ്രായം എടുത്ത് അതുംകൂടി ചേർത്തുകൊണ്ട് സ്ക്രിപ്റ്റ് പൂർത്തീകരിക്കാം. കാരണം അടയാളങ്ങൾ പോലൊരു നോവൽ എഴുതിയ ആളിന് എന്തെങ്കിലും സംഭാവന ചെയ്യാൻ സാധിക്കും എന്ന കാര്യത്തിൽ എനിക്ക് നല്ല ഉറപ്പുണ്ടായിരുന്നു. സേതുസാറിനെ വിളിച്ചു ഞാൻ കാര്യം പറഞ്ഞു. ''ഞാൻ ഇതേ വിഷയത്തെപ്പറ്റി ഒരു തിരക്കഥ എഴുതി പൂർത്തിയാക്കിയിട്ടുണ്ട്. അതിനുവേണ്ടി ഒരുപാട് പഠനങ്ങളും ഗവേഷണവും ഒക്കെ ചെയ്ത് എഴുതിയതാണ്. വേണുവിനു താല്പര്യമെങ്കിൽ ഒന്നു വായിച്ചു നോക്ക്.'' സാർ പറഞ്ഞു.

എനിക്ക് വളരെ സന്തോഷം തോന്നി. കാരണം എനിക്ക് ഇഷ്ടപ്പെട്ട ഒരു വിഷയം സേതുസാറിനെപ്പോലെ ഉന്നതനായ ഒരെഴുത്തുകാരൻ തിരക്കഥ ആക്കി വച്ചിരിക്കുന്നു. ഞാൻ പറഞ്ഞു, ''തീർച്ചയായും എനിക്ക് വായിക്കാൻ താല്പര്യമുണ്ട്. ദയവായി അയച്ചുതരിക.'' സാർ അത് അര മണിക്കൂറിനുള്ളിൽ ഇമെയിൽ ചെയ്തു. 'ജലസമാധി'. ആ ഇമെയിൽ കിട്ടുന്നത് തിരുവനന്തപുരം നഗരത്തിലെ വെള്ളയമ്പലം എന്ന സ്ഥലത്തിന്റെ പരിസരപ്രദേശത്ത് എവിടെയോ വച്ചാണ്. ഞാൻ കാർ സൗകര്യപ്രദമായ ഒരു സ്ഥലത്തേക്ക് ഒതുക്കിയിട്ട് വായിക്കാനാരംഭിച്ചു. ഒറ്റയിരുപ്പിന് തിരക്കഥ മുഴുവൻ വായിച്ചുതീർത്തു. കഥയും സന്ദർഭങ്ങളും എല്ലാം ഞാൻ മുൻപ് എഴുതിയ തിരക്കഥയിലെ ലൊക്കേഷനുകളുമായി അണുവിട വ്യത്യാസമില്ലാതെ ഒത്തുപോകുന്നുണ്ട്. കഥാസന്ദർഭങ്ങളും കഥാപാത്രങ്ങളായ മുനുസ്വമിയും ഭാര്യയും മകൻ രാജയും കാവേരിയും സെൽവനുമെല്ലാം വളരെ പെട്ടെന്ന് മനസ്സിലേക്ക് കയറി. തിരക്കഥ ഇതു മതി എന്നു തീർച്ചയാക്കി. ഞാൻ സാറിനെ വിളിച്ച് 'ഓക്കേ' പറഞ്ഞു.

പടം തികച്ചും ഓഫ് ബീറ്റ് ട്രാക്കിൽ ഉള്ളതാണ്. അതിൽ മറ്റ് കച്ചവട ചേരുവകൾക്കൊന്നും പ്രസക്തിയില്ല. മറ്റൊരു നിർമ്മാതാവിനെ കിട്ടാൻ സാധ്യത ഇല്ലാത്തതിനാൽ പടം ഞാൻതന്നെ നിർമ്മിക്കാൻ തീരുമാനിച്ചു. എന്റെ ഭാര്യ ഗുർദീപും എന്റെ തീരുമാനത്തെ അനുകൂലിച്ചു. അടുത്ത

ഘട്ടം ഒരു മൂല്യമുള്ള ആർട്ടിസ്റ്റ് ആണ്. മലയാളത്തിലെ പ്രമുഖരായ പല നടന്മാരോടും സംസാരിച്ചു. ചെയ്യാം ചെയ്യാം എന്ന് പറയുന്നതല്ലാതെ ആരും ഡേറ്റ് തരുന്നില്ല. അധികം താമസിയാതെ ഞാൻ അപകടം മണത്തു. കാര്യങ്ങളെല്ലാം എന്റെ പ്രിയ സുഹൃത്തും ചലച്ചിത്ര നടനുമായ വിഷ്ണുപ്രകാശ് ചേട്ടനോട് പറഞ്ഞു. ചേട്ടന് പെട്ടെന്നു തന്നെ കാര്യം മനസ്സിലായി. അദ്ദേഹം പറഞ്ഞു ''ഒരു നടനുണ്ട്. തമിഴിൽ അറിയപ്പെടുന്ന ആർട്ടിസ്റ്റ് ആണ്. ഞാൻ സംസാരിക്കാം'' തമിഴ് നടൻ എന്ന് പറഞ്ഞപ്പോൾ എന്റെ താല്പര്യം നഷ്ടപ്പെട്ടു. ഞാൻ പറഞ്ഞു, ''ചേട്ടാ, എനിക്ക് തമിഴ് ഒന്നും അറിയില്ല. മലയാളത്തിൽ ആരെങ്കിലും ഉണ്ടെങ്കിൽ പറ.'' ''അയ്യോ, പുള്ളിയോട് മലയാളത്തിൽ സംസാരിച്ചാൽ മതി. നല്ലപോലെ മലയാളം പറയും. ഈ കഥാപാത്രം കൃത്യമായിരിക്കും'' എന്ന് ചേട്ടൻ പറഞ്ഞപ്പോൾ ഞാൻ അദ്ദേഹത്തിന്റെ ഫോട്ടോ കാണാൻ താല്പര്യപ്പെട്ടു. ഉടൻതന്നെ ചേട്ടൻ ഗൂഗിളിൽ കയറി എന്നെ ഫോട്ടോ കാണിച്ചു. ഫോട്ടോ കണ്ടപ്പോഴേ ഇതാണെന്റെ കഥാപാത്രത്തിന്റെ രൂപവും ഭാവവും എന്ന് എന്റെ മനസ്സ് പറഞ്ഞു. ''ആർട്ടിസ്റ്റ് കൊള്ളാം. പക്ഷേ ഇദ്ദേഹത്തിന്റെ കൈയിൽ ഈ കഥാപാത്രം നിൽക്കുമോ? വളരെ ആഴമുള്ള കഥാപാത്രമാണ്.'' ഞാൻ ചോദിച്ചു. ''നൂറു ശതമാനം'' എന്ന് ചേട്ടൻ പറഞ്ഞപ്പോൾ എനിക്ക് വിശ്വാസമായി. 'എട്ടു തോട്ടകൾ' എന്ന സിനിമയിലെ ചില ക്ലിപ്പുകൾ കൂടി കണ്ടപ്പോൾ എനിക്ക് മനസ്സിലായി, ഈ മനുഷ്യൻ എന്റെ ഈ കഥാപാത്രം ചെയ്യാൻ ജനിച്ചവനാണെന്ന്. അങ്ങനെ ഞാൻ ചെന്നൈയിൽ പോയി എം.എസ്. ഭാസ്കർ എന്ന മഹാനടനെ പരിചയപ്പെട്ടു. കഥ കേട്ടുകഴിഞ്ഞപ്പോൾ അദ്ദേഹം ഒരു ഓപ്പൺ ഡേറ്റ് തന്നു. 'You plan your film and just let me know ten days in advance. I will come and do my job. Remuneration is not a problem. We will do it.''

എം.എസ്. വാക്കു പാലിച്ചു. പടം ഷൂട്ട് ചെയ്തു കൊണ്ടിരുന്നപ്പോൾ അദ്ദേഹം എന്നെ പലപ്പോഴും അത്ഭുതപരതന്ത്രനാക്കി എന്നു പറഞ്ഞാൽ അതിൽ ഒട്ടും അതിശയോക്തി ഇല്ല. എന്റെ മുനുസ്വാമിയായി അദ്ദേഹം ജീവിക്കുകയായിരുന്നല്ലോ. അതുപോലെ കാവേരി ആയി അഭിനയിച്ച

വർഷയും. 2019 ഒക്ടോബറിൽ 'ജലസമാധി' സെൻസർ ചെയ്തു. രണ്ടു തവണ 'ജലസമാധി' തിരുവനന്തപുരത്തെ നിള തിയേറ്ററിലും ലെനിൻ സിനിമാസിലുമായി പ്രിവ്യു നടത്തി. വളരെ നല്ല റിപ്പോർട്ടുകൾ എല്ലാ മലയാള ദിനപ്പത്ര ങ്ങളിലും വാരികകളിലും ദില്ലിയിലെ പ്രിവ്യുവിനുശേഷം ഷോമ ചാറ്റർജിയെപ്പോലെയുള്ള ദേശീയ തലത്തിൽ അറിയപ്പെടുന്ന ഫിലിം ക്രിട്ടിക്കുകളുടെ റിവ്യൂകൾ നാഷണൽ ഡെയ്‌ലികളിലും വന്നു എന്നത് എന്നിൽ വളരെ സന്തോഷവും ചാരിതാർത്ഥ്യവും ഉളവാക്കുന്നു. കഥാ കൃത്തും തിരക്കഥാകൃത്തുമായ സേതുസാർ തന്നെ തന്റെ അര നൂറ്റാണ്ടു കാലത്തെ സാഹിത്യ ജീവിതത്തിലെ വളരെ തൃപ്തി നൽകുന്ന അവിസ്മരണീയമായ ഒരു മുഹൂർത്ത മാണ് ഇത് എന്ന് സിനിമ കണ്ടു കഴിഞ്ഞപ്പോൾ പറഞ്ഞത് എന്റെ സിനിമാ ജീവിതത്തിലെ മറക്കാനാവാത്ത അനു ഭവമായി മാറി.

ആ അഭിപ്രായം തെറ്റിയില്ല. 'ജലസമാധി' ഇന്ത്യയിലും പുറത്തുമായി അൻപത്തിയാറ് അന്താരാഷ്ട്ര ചലച്ചി ത്രോത്സവങ്ങളിൽ പങ്കെടുക്കുകയും അമ്പത്തിരണ്ട് അവാർഡുകൾ കരസ്ഥമാക്കുകയും ചെയ്തു എന്നുള്ളത് മലയാള സിനിമയിൽതന്നെ ആദ്യമാണ് എന്നു പറയാൻ സന്തോഷമുണ്ട്, അഭിമാനമുണ്ട്. ഒരു ചലച്ചിത്രകാരൻ എന്ന നിലയിൽ അത് തരുന്ന തൃപ്തി വിവരണാതീതമാണ്, അളക്കാനാകാത്തതാണ്. മലയാള സിനിമാചരിത്രത്തിൽ 'ജലസമാധി' ഒരു കാലഘട്ടത്തിന്റെ അടയാളപ്പെടുത്തലാകും എന്ന കാര്യത്തിൽ എനിക്ക് സംശയമില്ല. സേതുസാറിന് നന്ദി, 'ജലസമാധി'യിൽ സഹകരിച്ച എല്ലാവർക്കും നന്ദി. സർവ്വോപരി ജഗദീശ്വരന് നന്ദി.

■

തിരക്കഥ

(കേരള-തമിഴ്നാട് അതിർത്തിയിലുള്ള ഒരു ഗ്രാമത്തിന്റെ ദൃശ്യങ്ങൾ. പശ്ചാത്തലത്തിൽ നല്ല മുഴക്കമുള്ള ശബ്ദം)

ഇത് മീനാക്ഷിപ്പാളയം... തമിഴ്നാട് അതിർത്തിയിലുള്ള ഈ ഗ്രാമത്തിലെ പാവങ്ങളായ കർഷകരുടെ ഒരേയൊരു ആശ്രയം ഒരു കാലത്ത് ഇവിടത്തെ കരിമ്പുവയലുകളായിരുന്നു. അന്നിവിടത്തെ മണ്ണിനും വെള്ളത്തിനും കാറ്റിനുമെല്ലാം മധുരമായിരുന്നു. പിന്നീട് ഈ വയലുകളെല്ലാം വെട്ടിമാറ്റി പേരിലുള്ള ഒരു പഞ്ചസാര ഫാക്ടറി തുടങ്ങിയപ്പോൾ അവർക്ക് വലിയൊരു സ്വപ്നം കിട്ടി. പാടത്തെ പണിക്കു പകരം ഒരു ഫാക്റ്ററി ജോലി. വെള്ളയുടുപ്പിന് പകരം ഒരു കാക്കിക്കുപ്പായം. അങ്ങനെ കുറെപേർക്ക് പണികിട്ടിയെങ്കിലും അവിടത്തെ മണ്ണും വായുവും ജലവുമെല്ലാം മലിനമായത് പെട്ടെന്നായിരുന്നു. അതോടൊപ്പം തങ്ങളുടെ മനസ്സുകളിലും വിഷം കലരുന്നത് ആ പാവങ്ങൾ അറിഞ്ഞില്ല... ഉപയോഗം കഴിഞ്ഞവയെ എറിഞ്ഞു കളയാൻ മടിയില്ലാത്ത ഒരു പുതിയകാല സംസ്കാരം...

(pause)

ഒരു ജലസമാധിയുടെ കഥ ഇവിടെ തുടങ്ങുന്നു...

ഒരു ജനതയുടെ, നാടിന്റെ ജലസമാധി!!

ഒന്ന്

രാത്രി. കാടും പടലുമുള്ള, വീതി കുറഞ്ഞ വെട്ടുവഴി.

കൂരിരുട്ട്. അരണ്ട വെളിച്ചത്തിൽ പേടിയോടെ ചുറ്റും നോക്കിക്കൊണ്ട് തിടുക്കത്തിൽ നടന്നുപോകുന്ന മുത്തുവിന്റെ നിഴൽമാത്രം കാണാം. പശ്ചാത്തലത്തിൽ ദൂരെ ഇരുട്ടിന്റെ കോണുകളിൽനിന്ന് നായ്ക്കളുടെ കുര, ഉറക്കെ ഓരിയിടുന്ന കുറുക്കന്മാർ. ഒന്നു നിറുത്തുമ്പോൾ വേറൊന്ന് ഏറ്റെടുക്കുന്നു.

മുത്തുവിന്റെ കാൽക്കീഴിൽ ഉണങ്ങിയ കരിയിലകൾ ഞെരിയുന്നു. തൊട്ട് മുന്നിലൂടെ ഒരു കാട്ടെലിയോ മറ്റോ കുറുകെ ഓടിപ്പോകുമ്പോൾ മുത്തു

ഒന്നു നടുങ്ങുന്നു. ഇരട്ടി സംശയത്തോടെ നാലു ചുറ്റും നോക്കിക്കൊണ്ട് നടപ്പിന്റെ വേഗം കൂട്ടുന്നു. മുത്തുവിന്റെ വല്ലാത്ത അണപ്പിന്റെ ശബ്ദം. ഒരു പിറുപിറുപ്പ് പോലെയുള്ള പ്രാർത്ഥന....

മുത്തു : മുരുഹാ...കാപ്പാത്തുങ്കൊ... കാപ്പാത്തുങ്കൊ മുരുഹാ...

പുറകിൽ ഒരു കാലൊച്ച കേട്ടതുപോലെ. മുകളിൽക്കൂടി ഉറക്കെ ചിറകടിച്ചു പോകുന്ന കടവാതിലിന്റെ ശബ്ദം. കൂമൻ മൂളുന്നു. മുത്തുവിന്റെ ആശങ്കകൾ പെരുകുകയാണ്. പേടിയോടെ തിരിഞ്ഞു നോക്കുമ്പോൾ ഒന്നും കാണാനില്ല. സംശയം തീരാതെ നാലുചുറ്റും പല വട്ടം നോക്കിക്കൊണ്ട് പതിയെ ഓടാൻ തുടങ്ങുന്നു. കാട്ടുചെടികളും പൊന്തകളും വകഞ്ഞു മാറ്റിക്കൊണ്ടുള്ള ഓട്ടം.

കിതച്ചുകൊണ്ടുള്ള ആ ഓട്ടത്തിന്റെ പല ദൃശ്യങ്ങൾ. അണപ്പിന്റെ ശബ്ദം.... അതിനിടയിൽ പുറകിലെ കാലൊച്ചകൾ കുറെക്കൂടി വ്യക്തമാകുന്നുണ്ട്. ഓട്ടത്തിനിടയിൽ മുത്തു കാല് വഴുതി വീഴുന്നുണ്ട്. വേട്ടയാടപ്പെടുന്നവന്റെ ദൈന്യതയോടെ ജീവൻ രക്ഷിക്കാനുള്ള പാച്ചിൽ. (അല്പം നീണ്ട സീക്വൻസ്)

മുത്തു : ആണ്ടവരേ മുരുഹാ...കാപ്പാത്തുങ്കൊ... കാപ്പാത്തുങ്കൊ മുരുഹാ....

ഒടുവിൽ ആ കുണ്ടൻ കിണറിനരികിലെത്തുമ്പോൾ പുറകിലെ കറുപ്പു വേഷമണിഞ്ഞ ആൾരൂപത്തിന്റെ പിൻഭാഗം വ്യക്തമാകുന്നു. മുത്തു തിരിഞ്ഞു നോക്കി ആളെ തിരിച്ചറിയുന്നതുപോലെ.

മഴ വീഴാൻ തുടങ്ങുന്നു. ഇരുട്ടിൽനിന്ന് കുറുക്കന്മാരുടെ ഓരിയിടൽ മുറുകുന്നു. മഴ കനക്കുന്നു.

പെട്ടെന്ന് പുറകിൽനിന്ന് മുത്തുവിന്റെ കഴുത്തിൽ അടി വീണതിന്റെ, ഒരു മൽപ്പിടുത്തത്തിന്റെ, പിടച്ചിലുകളുടെ സൂചന. കൂടിപ്പിണയുന്ന നിഴലുകൾ... മുത്തു കാൽ തെറ്റി മഴവെള്ളത്തിലേക്കു വീഴുന്നു. തേങ്ങിക്കൊണ്ട് അയാൾ ആ ആൾരൂപത്തിന്റെ കാലിൽ കെട്ടിപ്പിടിക്കുന്നതു പോലെ. പക്ഷേ, അയാൾ മുത്തുവിനെ വലിച്ചിഴച്ച് കിണറ്റിനരികിലേക്ക് കൊണ്ടുപോകുന്നു. പിന്നെ കിണറ്റിൽ ഭാരിച്ച എന്തോ വന്നു വീഴുന്ന ശബ്ദം... വെള്ളമിളകുന്ന ശബ്ദം...

മുകളിലെ മരത്തലപ്പുകളിൽ ഇരിക്കുന്ന പക്ഷികൾ ചിറകടിച്ചു പോകുന്നതിന്റെ ശബ്ദം. ദൂരെ ഇരുട്ടിന്റെ കോണുകളിൽനിന്ന് ഉറക്കെ ഓരിയിടുന്ന കുറുക്കന്മാർ. ഒന്ന് നിറുത്തുമ്പോൾ വേറൊന്ന് ഏറ്റെടുക്കുന്നു. കുറച്ചു നേരത്തേക്ക് പക്ഷികളുടെ ചിറകടികൾ മാത്രം. ഇരുണ്ട മാനത്തിന്റെ പശ്ചാത്തലത്തിൽ അങ്ങോട്ടുമിങ്ങോട്ടും പറക്കുന്ന പക്ഷിക്കൂട്ടങ്ങളുടെ വിവിധ ദൃശ്യങ്ങൾ.

പിന്നെ നിശ്ശബ്ദത. മരത്തലപ്പുകളിൽനിന്ന് വെള്ളം ഇറ്റിറ്റു വീഴുന്നതിന്റെ ശബ്ദം മാത്രം. പതിയെ രംഗം മുഴുവനായും ഇരുട്ടിലാകുന്നു. മഴവെള്ളത്തിന്റെ ശബ്ദം മാത്രം.

രണ്ട്

പകൽ. മുത്തുവിന്റെ വീടിന്റെ മുൻഭാഗം.

നാട്ടിൻപുറത്തെ ഒരു സാധാരണ കൊച്ചുവീട്. വരാന്തയിൽ മുത്തുവിന്റെ ശരീരം കിടത്തിയിരിക്കുന്നു. മുറ്റത്ത് കുറെ ആളുകൾ അവിടവിടെയായി കൂടിനിൽപ്പുണ്ട്. ചിലർ മൂലകളിൽ നിന്ന് കുശുകുശുക്കുന്നുണ്ടെങ്കിലും പൊതുവെ എല്ലാം ശാന്തമാണ്. ഒരു മരണവീടിന്റെ മട്ടില്ല.

വരാന്തയുടെ ഒരു കോണിൽ തൂണിൽ ചാരി മൂടിക്കെട്ടിയ മുഖവുമായി മുനുസ്വാമി ഇരിപ്പുണ്ട്. ഇടയ്ക്കിടയ്ക്ക് മുത്തുവിന്റെ ശരീരത്തിലേക്ക് നോക്കുമ്പോൾ അയാൾക്ക് സങ്കടം സഹിക്കുന്നില്ല. തോളിൽ കിടക്കുന്ന കള്ളിത്തോർത്തെടുത്ത് കണ്ണ് തുടയ്ക്കുന്നു. കമ്പനിയിലെ കാക്കി യൂണിഫോമിൽ, അവരുടെയെല്ലാം ചങ്ങാതിയായ പെരുമാൾ ഏർപ്പാടുകൾക്ക് നേതൃത്വം കൊടുത്തുകൊണ്ട് ഓടിനടക്കുന്നുണ്ട്.

അകത്ത് പുറംവാതിലിൽ ചാരിനിന്ന് രണ്ടു മൂന്ന് പെണ്ണുങ്ങൾ നോട്ടങ്ങൾ കൈമാറുന്നുണ്ടെങ്കിലും ആരുടെയും മുഖത്ത് ദുഃഖമോ ആശങ്കയോ കാണാനില്ല. ചിലർ അകത്തേക്ക് ഉറ്റുനോക്കി എന്തൊക്കെയോ അടക്കം പറയുന്നുണ്ടെങ്കിലും ഒന്നും വ്യക്തമല്ല.

ഷർട്ടിന്റെ കൈ തെറുത്തു കയറ്റിയ അയഞ്ഞ കള്ളിക്കുപ്പായമിട്ട ശെൽവൻ എന്ന ചെറുപ്പക്കാരൻ മാത്രം അസ്വസ്ഥനായി അങ്ങോട്ടുമിങ്ങോട്ടും നടക്കുന്നു. ഒതുക്കമില്ലാത്ത താടി, ചീകാത്ത, നീട്ടിവളർത്തിയ മുടി. ആകെക്കൂടി ഒരു റെബലിന്റെ മട്ട്. വരാന്തയിൽ കിടക്കുന്ന മുത്തുവിന്റെ ശരീരത്തിൽ ചൂണ്ടിക്കാട്ടിക്കൊണ്ട് ലേശം ഉറക്കെ പ്രതിഷേധ സ്വരത്തിൽ അയാൾ എന്തൊക്കെയോ പറയുന്നുണ്ടെങ്കിലും ആരും അത് ശ്രദ്ധിക്കുന്ന മട്ട് കാണുന്നില്ല. (സംസാരം വ്യക്തമല്ല. പശ്ചാത്തലത്തിൽ നേർത്ത സംഗീതം മാത്രം). ചിലർ താത്പര്യക്കുറവ് കാട്ടിക്കൊണ്ട് അവിടെ നിന്ന് ഒഴിഞ്ഞുമാറി വേറൊരു കൂട്ടത്തിൽ ചേരുന്നു. തനിക്ക് പറയാനുള്ള കാര്യങ്ങളുമായി അയാൾ പലരേയും സമീപിക്കുന്നുണ്ടെങ്കിലും എല്ലാവരും ഒഴിഞ്ഞുമാറുകയാണ്. ഇത്തരം കുഴഞ്ഞ കാര്യങ്ങളിൽ ഇടപെടാനുള്ള മടിയേക്കാൾ ഭയമാണ് മിക്കവരുടേയും മുഖങ്ങളിൽ.

അതിനിടയിൽ മുത്തുവിന്റെ ഭാര്യ പുറത്തേക്കു വന്ന് ഒരറ്റത്ത് തൂണിൽ ചാരിനിൽക്കുന്ന മകൻ പളണിയെ കെട്ടിപ്പിടിച്ച് കരയുന്നു.

അലമേലു : ഒന്നോട് അപ്പാ പോയിട്ടാരേ കണ്ണാ!

ഇഷ്ടപ്പെടാത്ത മട്ടിൽ തെല്ലൊരു ഈർഷ്യയോടെ അമ്മയുടെ കൈ വിടുവിച്ച് അയാൾ മുറ്റത്തേക്കിറങ്ങുന്നു. ഒരു ബീഡി ചുണ്ടത്തുവച്ചു കത്തിക്കുന്നു. പരുക്കൻ പ്രകൃതക്കാരനായ ചെറുപ്പക്കാരൻ. മെലിഞ്ഞൊട്ടിയ ഒരു വയസ്സൻ തോളത്ത് കൈവച്ചു, ചേർത്തുപിടിച്ച് അവനെ സമാധാനിപ്പിക്കാൻ ശ്രമിക്കുന്നുണ്ടെങ്കിലും അവൻ വലിയ താത്പര്യം കാട്ടുന്നില്ല.

വയസ്സൻ : എല്ലാമെ കടവുൾ നിച്ചയം ടാ.

വയസ്സൻ വീണ്ടും എന്തൊക്കെയോ പറയാൻ തുടങ്ങുമ്പോൾ പളണി തെല്ലൊരു അരിശത്തോടെ ബീഡി വലിച്ചെറിഞ്ഞ് മറ്റൊരു ഭാഗത്തേക്ക് മാറുന്നു.

ശെൽവൻ ഇടയ്ക്കിടയ്ക്ക് പളണിയുടെ നേർക്ക് സംശയത്തോടെ പാളി നോക്കുന്നുണ്ട്. തനിക്ക് മുഖം തരാതെയുള്ള പളണിയുടെ കൂസലില്ലാത്ത നിൽപ്പ് കാണുമ്പോൾ ശെൽവൻ അരിശത്തോടെ കാർക്കിച്ചു തുപ്പിയിട്ട് മുനുസ്വാമിയുടെ നേർക്ക് നടക്കുന്നു. ആശ്വസിപ്പിക്കാനെന്നോണം തെല്ലു നേരം അയാളുടെ അടുത്തിരിക്കുന്നു. ഒന്നും മിണ്ടുന്നില്ലെങ്കിലും അവർ തമ്മിൽ അർത്ഥപൂർണ്ണമായ നോട്ടങ്ങൾ കൈമാറുന്നുണ്ട്.

മൂന്ന്

പകൽ. കഴിഞ്ഞ രംഗത്തിന്റെ തുടർച്ച. മുത്തുവിന്റെ വീടിന്റെ ഉൾമുറി.

വെറ്റില മുറുക്കിക്കൊണ്ടിരിക്കുന്ന രണ്ടു മൂന്ന് സ്ത്രീകൾ കൈയും കലാശവുമായി എന്തൊക്കെയോ ഉറക്കെ സംസാരിക്കുന്നുണ്ട്. അകത്തുനിന്ന് മുത്തുവിന്റെ ഭാര്യ അലമേലു കടന്നുവരുമ്പോൾ അവർ പെട്ടെന്ന് സംസാരം നിറുത്തി മുഖത്ത് സങ്കടം വരുത്താൻ ശ്രമിക്കുന്നു. (അവർ പറയുന്നത് അലമേലുവിനെപ്പറ്റിയാണെന്നു സൂചന) ആരോ അലമേലുവിനെ കെട്ടിപ്പിടിച്ച് സമാധാനിപ്പിക്കാനായി പുറത്തു തട്ടുന്നുണ്ടെങ്കിലും അവരുടെ മുഖത്ത് അശ്രദ്ധയാണ്. കേട്ട ഭാവം കാണിക്കുന്നില്ല.

(മുൻവശത്തേക്ക് ചൂണ്ടിക്കാട്ടിക്കൊണ്ട് അടുക്കളയിലേക്ക് നോക്കി അലമേലു ആരോടോ കല്പിക്കുന്നു)

അലമേലു : എന്നാമ്മാ രുക്കൂ, അവങ്കള്ക്കെല്ലാം ടീ കൊടമ്മാ. റൊമ്പം നേരമായിട്ടിതേ.

അടുക്കളഭാഗത്തു നിന്ന് ഒരു സ്റ്റീൽതട്ടത്തിൽ ചായഗ്ലാസുകളുമായി വരുന്ന ദാവണിയുടുത്ത പെൺകുട്ടി മുൻഭാഗത്തേക്കു പോകുന്നു.

അലമേലു അകത്തേക്ക് പോകുമ്പോൾ അവിടെ കൂടിയിരിക്കുന്ന പെണ്ണുങ്ങൾ വീണ്ടും പഴയപടി കൈയും കലാശവുമായി തങ്ങളുടെ സംഭാഷണത്തിലേക്ക് മടങ്ങുകയായി. അലമേലുവിന്റെ നേർക്ക് നോക്കി ലേശം പരിഹാസത്തോടെയാണ് അവർ സംസാരിക്കുന്നതെന്ന് വ്യക്തം.

നാല്

പകൽ. മുത്തുവിന്റെ വീടിന്റെ മുൻഭാഗം. മുൻ രംഗത്തിന്റെ തുടർച്ച.

പടിക്കൽ ഒരു വണ്ടി വന്ന് ഇരമ്പി നിൽക്കുന്നു. അതിന്റെ ഇരമ്പൽ കേട്ട് വരാന്തയിൽനിന്ന് തിടുക്കത്തിൽ ചാടിയിറങ്ങുന്ന പെരുമാൾ ഓടിച്ചെന്ന് വണ്ടിയുടെ കതക് തുറന്നു പിടിക്കുന്നു. വണ്ടിയിൽ നിന്നിറങ്ങുന്ന സൂപ്രണ്ട് അയ്യർവാളിന്റേയും കീഴുദ്യോഗസ്ഥന്റേയും മുമ്പിൽ ഉപചാരപൂർവം വായ പൊത്തി നിൽക്കുന്നു. പുറകെ തലതാഴ്ത്തി മുനുസ്വാമിയും ഉണ്ട്.

അയ്യർവാൾ : എന്നാപ്പാ മുനുസ്വാമീ സൗഖ്യമാ....

ഒന്നും പറയാതെ മുനുസ്വാമി തലതാഴ്ത്തിക്കൊണ്ട് അവരുടെ പുറകെ കൂടുകയാണ്. കാറിന്റെ ഡിക്കിയിൽനിന്നെടുത്ത റീത്തുമായി ഒപ്പം ഡ്രൈവറുമുണ്ട്. ഡ്രൈവർ റീത്ത് ജൂനിയർ ഉദ്യോഗസ്ഥനെ ഏൽപ്പിക്കുന്നു. മുത്തുവിന്റെ ശരീരത്തിനടുത്തെത്തുമ്പോൾ അയാൾ അത് താഴ്മയോടെ അയ്യർവാളുടെ കൈയിൽ കൊടുക്കുന്നു. അയ്യർവാൾ ഒരു നിമിഷം കണ്ണടച്ചു നിന്നിട്ട് റീത്ത് വച്ചിട്ട് അല്പനേരം തൊഴുതുകൊണ്ടു നിൽക്കുന്നു.

അവർ അവിടെനിന്ന് മാറുമ്പോൾ നാട്ടുകാരിൽ ചിലർ ചുറ്റും കൂടുന്നു.

അയ്യർവാൾ : വീണ്ടും ഒരു സൂയിസൈഡ്, അല്ലേ...?

മുനുസ്വാമിയോടാണ് പറയുന്നതെങ്കിലും അയാൾ കേട്ട ഭാവം കാണിക്കാതെ തലകുനിച്ചുനിൽക്കുകയാണ്. പക്ഷേ, നാട്ടുകാരിൽ ചിലർ അത് ശരിയാണെന്ന് മട്ടിൽ തലയാട്ടുന്നുണ്ട്. ശെൽവൻ മാത്രം അരിശത്തോടെ കേട്ടുകൊണ്ട് നിൽക്കുകയാണ്.

മറ്റേ ഉദ്യോഗസ്ഥൻ : (കൈ മലർത്തിക്കൊണ്ട്) ഇത് സിക്സ്ത്ത് കേസ്! എന്നമോ എന്തോ!

ഇതെല്ലാം ദൈവനിശ്ചയം എന്ന മട്ടിൽ അയ്യർവാൾ ആകാശത്തേക്ക് ആംഗ്യം കാട്ടുന്നു.

അതിനിടയിൽ വിവരമറിഞ്ഞ് നെഞ്ചത്തടിച്ച് അലമുറയിട്ടുകൊണ്ട് അലമേലു ഉമ്മറത്തേക്ക് തിരക്കിട്ട് വരുന്നു.

അലമേലു : പോയിട്ടാരെ അയ്യാ....പോയിട്ടാരെ... (നീണ്ട കരച്ചിൽ...)

കരച്ചിൽ ഉച്ചത്തിലാകുമ്പോൾ സാരമില്ല എന്ന മട്ടിൽ ഉദ്യോഗസ്ഥർ അവരെ സമാധാനിപ്പിക്കാൻ നോക്കുന്നു. ബോധം കെടുന്നതായി നടിക്കുമ്പോൾ കൂടെയുള്ള പെണ്ണുങ്ങൾ അവരെ താങ്ങിപ്പിടിക്കുന്നുണ്ട്.

അപ്പോഴേക്കും ആരോ പളണിയുടെ കൈപിടിച്ച് അയ്യർവാളുടെ മുമ്പിൽ കൊണ്ടുവന്നു നിറുത്തുന്നു. തേങ്ങിക്കരഞ്ഞു കൊണ്ട് അവൻ അയ്യർ വാളുടെ കാല് പിടിക്കുന്നു. ചുറ്റുമുള്ളവരുടെ മുഖങ്ങളിലും സഹതാപ മാണ്.

ഒരു വയസ്സൻ : (അടുത്ത് വന്ന് അപേക്ഷിക്കുകയാണ്) കാപ്പാത്തുങ്കൊ അയ്യാ.... നീങ്കെ താൻ അവനുക്ക് കടവുൾ...

ഒന്നും പറയാതെ അയ്യർവാൾ പളണിയെ പിടിച്ചെഴുന്നേൽപ്പിച്ച് ആശ്വ സിപ്പിക്കുന്ന മട്ടിൽ പുറത്തുതട്ടുന്നു.

ഈ നാടകങ്ങളെല്ലാം കണ്ട് സഹിക്കാനാവാതെ അല്പം മാറി പല്ല് കടിച്ചു നിൽക്കുകയായിരുന്ന ശെൽവൻ അയ്യർവാളോട് എന്തോ പറയാനായി മുന്നോട്ടുവരുമ്പോൾ ആരൊക്കെയോ അവനെ തടയുന്നു. ഉന്തിത്തള്ളി പുറകോട്ട് കൊണ്ടുപോകുന്നു. അവൻ കുതറിമാറാൻ നോക്കുന്നുണ്ടെങ്കിലും സമ്മതിക്കുന്നില്ല. അപ്പോഴേക്കും പുറകിൽനിന്ന് ഒരു വയസ്സൻ കൈ കാട്ടി വിളിക്കുന്നു.

വയസ്സൻ : ഡേയ് ശെൽവാ, ഇങ്കെ വാ.... എതുക്ക് ഗല്ലാട്ട പണ്ണറായ്?

ശെൽവൻ വീണ്ടും മുന്നോട്ടു നീങ്ങാൻ നോക്കുമ്പോൾ അവർ ബലമായി പിടിച്ചു നിറുത്തുന്നു.

രംഗം വഷളാകുന്നതു കണ്ട് ജൂനിയർ ഉദ്യോഗസ്ഥൻ അയ്യർവാളോട് ആംഗ്യം കാണിക്കുന്നു. പിന്നീടൊന്നും പറയാൻ നിൽക്കാതെ തിടുക്ക ത്തിൽ കാറിനടുത്തേക്ക് നടക്കുമ്പോംൾ ഉദ്യോഗസ്ഥന്മാർ തമ്മിൽ എന്തോ അടക്കം പറയുന്നുണ്ട്. സത്യത്തിൽ നടന്നത് എന്താണെന്ന് അവർക്കറി യാമെങ്കിലും ഇതിൽ തങ്ങൾക്കൊന്നും ചെയ്യാനാവില്ലെന്ന നിസ്സഹായത അവരുടെ മുഖത്തുണ്ട്. അയ്യർവാൾ കൈമലർത്തി കാണിക്കുന്നു. ആകാശ ത്തേക്കു നോക്കി ഇതെല്ലാം ദൈവനിശ്ചയമെന്നു സൂചിപ്പിക്കുന്നു.

കാർ വിടുന്നതുവരെ മുനുസ്വാമിയും പളണിയും ഒപ്പമുണ്ട്. അവർ കുമ്പിട്ട് തൊഴുത് യാത്രയാക്കുന്നു.

മടങ്ങിവരുന്ന പളണിയും ശെൽവനും ഒരു നിമിഷം മുഖത്തോടുമുഖം നോക്കിനിൽക്കുന്നു. പളണി കണ്ണുകൾ ചുവപ്പിക്കുമ്പോൾ ശെൽവൻ മീശ പിരിക്കുകയാണ്. നീ പോടാ എന്ന മട്ടിൽ പളണി പുച്ഛത്തോടെ ആംഗ്യം കാട്ടുമ്പോൾ കുപ്പായക്കൈ ചുരുട്ടി മുന്നോട്ടടുക്കുകയാണ് ശെൽവൻ. അവർ തമ്മിൽ ഉന്തും തള്ളും. ഒടുവിൽ രംഗം വഷളാകാതെ മുന ുസ്വാമിയും മറ്റുള്ളവരും ചേർന്ന് പണിപ്പെട്ട് അവരെ വേർപിരിക്കുന്നു.

അഞ്ച്

പകൽ. മുത്തുവിന്റെ വീടിന്റെ മുൻവശം.

മരണവീട്ടിലെ സദ്യയുടെ വിവിധ ദൃശ്യങ്ങൾ തുടങ്ങുന്നത് എറിഞ്ഞു കളഞ്ഞ എച്ചിലിലകളിൽനിന്നാണ്. ഇലകളിൽ ശേഷിച്ചവയ്ക്കുവേണ്ടി കടിപിടി കൂട്ടുന്ന പട്ടികളും കാക്കകളും. കാക്കകളെ കല്ലെറിഞ്ഞ് ആർത്തു ചിരിക്കുന്ന കുട്ടികൾ.

നിരന്നിരുന്ന് ഭക്ഷണം കഴിക്കുകയാണ് മുത്തുവിന്റെ ബന്ധുക്കളും ചങ്ങാതിമാരും. ആർത്തിയോടെ കഴിക്കുന്നവർ... ഉച്ചത്തിൽ വിഭവങ്ങൾ ചോദിച്ചു വാങ്ങുന്നവർ... വിളമ്പുന്നവരോട് തട്ടിക്കയറുന്നവർ... വിളമ്പുന്നവരുടെ കൂട്ടത്തിൽ പളണിയും ചങ്ങാതിമാരുമുണ്ട്. വാതിലിൽ ചാരി അതെല്ലാം ശ്രദ്ധിച്ചുകൊണ്ട് നിൽക്കുന്ന അലമേലു. ശെൽവൻ മാത്രം അതിൽ പങ്കുചേരാതെ ആരോടോ സംസാരിച്ചുകൊണ്ടു മാറി നിൽക്കുന്നു. അക്കൂട്ടത്തിൽ മുനുസ്വാമിയെ മാത്രം കാണാനില്ല. അയാളുടെ ഭാര്യ ചെമ്പകവും മകൾ കാവേരിയുമുണ്ട്.

ആറ്

പകൽ.

കമ്പനി കോമ്പൗണ്ടിലെ കുണ്ടൻകിണറ്. രണ്ടു പൊലീസുകാർ ഒരു പഴയ ലാമ്പ്രട്ട ഇരമ്പിച്ചുകൊണ്ടു വരുന്നു. മുടി നരച്ച ഇൻസ്പെക്ടറും ചെറുപ്പക്കാരനായ കോൺസ്റ്റബിളും. അവർ വലിയ ഗൗരവത്തിൽ രണ്ടു വട്ടം കിണറിനു ചുറ്റും വലംവയ്ക്കുന്നു. കിണറ്റിനുള്ളിലേക്ക് കുനിഞ്ഞു നോക്കിയിട്ട് എന്തൊക്കെയോ തമ്മിൽ പറയുന്നു. ചെറുപ്പക്കാരൻ ഒരു കല്ലെടുത്ത് കിണറ്റിലേക്കിട്ട് വലിയ ആഴമുണ്ടെന്ന മട്ടിൽ തല കുലുക്കുന്നു. പിന്നീട് എന്തൊക്കെയോ ഒരു ഡയറിയിൽ കുറിച്ചിടുന്നുണ്ട്. (ഇടയ്ക്കിടയ്ക്ക് ഇൻസ്പെക്ടർ അയഞ്ഞു പോകുന്ന തന്റെ കാലുറ വലിച്ചു കയറ്റുന്നുമുണ്ട്)

അതിനിടയിൽ വിവരമറിഞ്ഞ് രണ്ടു മൂന്ന് നാട്ടുകാർ ഓടിയടുത്ത് എന്തോ പറയാൻ തുടങ്ങുമ്പോൾ എല്ലാമറിയാമെന്ന മട്ടിൽ ഈച്ചയെ ആട്ടുന്ന പോലെ പോടാ പോടാ എന്നു പറഞ്ഞ് വണ്ടി ഇരമ്പിച്ച് തിടുക്കത്തിൽ സ്ഥലം വിടുന്നു.

ഏഴ്

പകൽ. മുത്തുവിന്റെ വീടിന്റെ ഉമ്മറം. കഴിഞ്ഞ രംഗത്തിന്റെ തുടർച്ച. പൊലീസുകാർ ലാമ്പ്രട്ട ഇരമ്പിച്ചു കൊണ്ടുവരുന്നു.

ശബ്ദം കേട്ട് പുറത്തേക്കു വരുന്ന അലമേലു ഭവ്യതയോടെ ഉമ്മറത്തെ കസേരകൾ നീക്കിയിട്ടുകൊടുത്ത് തൊഴുതുകൊണ്ട് നിൽക്കുന്നു. ഇൻസ്പെക്ടർ വലിയ ഗൗരവത്തോടെ എന്തൊക്കെയോ ചോദിക്കുമ്പോൾ ഭയപ്പാടോടെ മറുപടി പറയുന്നു.

ഇൻസ്പെക്ടർ : ഒന്നോട് പയ്യൻ എങ്കെ?

അലമേലു : എങ്കെയോ പോയിട്ടാരെ...

കോൺസ്റ്റബിൾ : സ്റ്റേഷനിലേക്ക് വരചൊല്ല്.

അത് ഇഷ്ടപ്പെടാത്ത മട്ടിൽ കോൺസ്റ്റബിളിന്റെ നേർക്ക് നോക്കിയിട്ട് ഇൻസ്പെക്ടർ അതുതന്നെ ആവർത്തിക്കുന്നു.

ഇൻസ്പെക്ടർ : സ്റ്റേഷനിലേക്ക് വരചൊല്ല്.

അനുസരണയോടെ തലയാട്ടുകയാണ് അലമേലു. ഇതിനിടയിൽ അമ്മയുടെ അടയാളം കണ്ട് അകത്തുനിന്ന് മകൾ രുക്കു ചില്ലുഗ്ലാസിൽ ചായയും പ്ലെയിറ്റിൽ മുഴുത്ത ബണ്ണും പഴവുമായി വരുന്നു. ആർത്തിയോടെ ബൺ കടിച്ചുപറിച്ചു തിന്ന് ഏമ്പക്കം വിട്ടുകൊണ്ട് അവർ ഒരു ബീഡി കത്തിച്ചു വലിക്കുന്നു. പിന്നീട് ബെൽട്ട് മുറുക്കി സ്കൂട്ടറിൽ കയറിപ്പോകുന്നു.

(ചിത്രത്തിൽ ഇടയ്ക്കൊക്കെ ഗ്രാമത്തിന്റെ നിരത്തുകളിലൂടെ ഇരമ്പി നീങ്ങുന്ന ഈ വയസ്സൻ സ്കൂട്ടറും സ്ഥലത്തെ രണ്ടു പൊലീസുകാരും നിയമത്തിന്റെ സാന്നിദ്ധ്യമെന്നപോലെ പ്രത്യക്ഷപ്പെടുന്നുണ്ട്. അന്വേഷണം നടത്തുകയാണെന്ന സൂചനയുണ്ടെങ്കിലും അവർക്കതിൽ താത്പര്യമില്ലെന്ന് വ്യക്തം. അവർ പെട്ടിക്കടയിൽനിന്ന് പഴം ഉരിഞ്ഞു തിന്നുകയോ സോഡയെടുത്ത് കുടിച്ച് ഏമ്പക്കമിടുകയോ ഒക്കെ ചെയ്യുന്നുണ്ട്. എങ്ങും കാശ് കൊടുക്കുന്നില്ല.)

എട്ട്

പകൽ.

പഞ്ചസാരമില്ലിന്റെ മുൻഭാഗത്തെ ഗെയിറ്റ്. സെക്യൂരിറ്റിക്കാരനായ ഗൂർഖയോട് തർക്കിച്ചു നിൽക്കുന്ന പളണി. കുറെനേരം തർക്കിച്ചിട്ടും ഗൂർഖ അയാളെ അകത്തേക്ക് കടത്തിവിടാൻ കൂട്ടാക്കുന്നില്ല. പാതി തുറന്ന ഗെയിറ്റിലൂടെ തള്ളിക്കയറാൻ നോക്കുന്ന പളണിയെ ബലം പ്രയോഗിച്ച് പിടിച്ചു മാറ്റുന്നുണ്ട് ഗൂർഖ.

ഗൂർഖ : (ആട്ടിയകറ്റുന്നു) ജാവോ ജാവോ... (അവനെ തള്ളിമാറ്റിക്കൊണ്ട്) അരേ ജാവോ നാ...

ക്ലോസപ്പിൽ പളണിയുടെ ക്രൂരത തുളുമ്പുന്ന മുഖം. ചുവന്ന കണ്ണു കളിൽനിന്ന് അയാൾ കുടിച്ചിട്ടുണ്ടെന്ന് വ്യക്തം. നാറ്റം സഹിക്കാതെ ഗൂർഖ ഇടയ്ക്കൊക്കെ മൂക്കു പൊത്തുന്നുമുണ്ട്. തർക്കം മൂക്കുമ്പോൾ അകത്തുനിന്ന് കമ്പനി യൂണിഫോമിട്ട ഒരു തൊഴിലാളി ഇടപെടുന്നു.

തൊഴിലാളി : (പളണിയോട്) ആരടാ നീയ്? എന്തു വേണം നിനക്ക്?

പളണി : (ഭാവം മാറി തൊഴുതു പിടിച്ച് ഭവ്യതയിൽ) നാൻ പളണി. അന്ത മുത്തുവോട് പിള്ളൈ.

തൊഴിലാളി : ഏത് മുത്തു?

പളണി : പോയ വാരം എരന്തു പോയ അന്ത...

മനസ്സിലായതു പോലെ തൊഴിലാളി തലയാട്ടുന്നു. അതോടെ അയാളുടെ ഭാവവും കടുപ്പമാകുന്നുണ്ട്. ഇതിനിടയിൽ ഗൂർഖ അയാൾ മൂക്കറ്റം കുടി ച്ചിട്ടുണ്ടെന്ന് സൂചന കാണിക്കുന്നു.

പളണി : (കെഞ്ചുന്ന മട്ടിൽ തല ചൊറിഞ്ഞുകൊണ്ട്) അന്ത സൂപ്രണ്ട് അയ്യാവെ പാക്കണം.

തൊഴിലാളി : (തീരെ ഇഷ്ടപ്പെടാത്ത മട്ടിൽ കടുത്ത സ്വരത്തിൽ) അവസരപ്പെടാതെ... ഒന്നോട് അപ്പ പോയിട്ട് ഒരു വാരം കൂടി ആഹലെ...

എന്നിട്ടും വിടാതെ പളണി കെഞ്ചാൻ തുടങ്ങുമ്പോൾ തൊഴിലാളി വെറുപ്പോടെ അയാളോട് സ്ഥലം വിടാൻ ആംഗ്യം കാട്ടിയിട്ട് അകത്തേക്ക് നടന്നുപോകുന്നു. അതോടെ പിന്തുണ കിട്ടിയ ഗൂർഖ പളണിയെ തള്ളി മാറ്റി പുറത്താക്കി ഗെയിറ്റ് കുറ്റിയിടുന്നു. അരിശം കയറിയ പളണി ഗെയി റ്റിൽ ചവിട്ടി എന്തൊക്കെയോ പറഞ്ഞുകൊണ്ട് നിരത്തിലേക്കിറങ്ങുന്നു. ചവിട്ടിത്തുള്ളി മുന്നോട്ട് നടക്കുമ്പോഴും തിരിഞ്ഞു നിന്നു, കാണിച്ചു തരാമെന്ന മട്ടിൽ കൈയും കലാശവുമായി എന്തൊക്കെയോ ശാപ വാക്കുകൾ പറയുന്നുണ്ട്.

ഒൻപത്

പകൽ.

ഗ്രാമത്തിലെ പഞ്ചസാര ഫാക്റ്ററിയുടെയും സമീപപ്രദേശങ്ങളുടെയും വിവിധ ദൃശ്യങ്ങൾ. ആകാശത്തേക്ക് ഉയർന്നു നിൽക്കുന്ന പുകക്കുഴൽ കാണാം. ഫാക്റ്ററിയുടെ ഉച്ചത്തിലുള്ള സൈറനിൽനിന്ന് രംഗം തുടങ്ങുന്നു. ഗെയിറ്റ് കടന്ന് തിരക്കിട്ട് അകത്തേക്കു കയറുന്ന തൊഴിലാളികൾ...

പത്ത്

സന്ധ്യ.

ഗ്രാമത്തിലെ ആൽത്തറയ്ക്ക് ചുറ്റുമായി ഒരു നാട്ടുകൂട്ടം നടക്കുകയാണ്. നരച്ച കൊമ്പൻമീശയുള്ള വയസ്സനാണ് നാട്ടുമൂപ്പൻ. അയാളുടെ ഇരുവശങ്ങളിലുമായി ചില നാട്ടുപ്രമാണികൾ ഇരിക്കുന്നു. താഴെ മണലിൽ ചടഞ്ഞിരിക്കുന്ന കുറെ സാധാരണക്കാർ. ഒറ്റത്തായി ഒതുങ്ങി ലേശം ഭവ്യതയോടെ പളണി നിൽപ്പുണ്ട്. തൊട്ടടുത്തായി അവന്റെ ചങ്ങാതി മുനുസ്വാമിയുടെ മകൻ രാജയുമുണ്ട്. പളണിക്ക് കമ്പനിയിൽ കിട്ടാൻ അർഹതയുള്ള ജോലിയെപ്പറ്റിയാണ് അവിടെ ചർച്ച. സൂപ്രണ്ടിനെ കാണാനായി പോയ തന്നെ അകത്തേക്കു കടത്തിവിട്ടില്ലെന്ന് അയാൾ പരാതിപ്പെട്ടതായി സൂചന. കൂട്ടത്തിലുള്ള ശെൽവൻ അരിശത്തോടെ എന്തോ പറയാനായി എഴുന്നേൽക്കുമ്പോൾ അടുത്തിരിക്കുന്ന വയസ്സൻ പിടിച്ചിരുത്തുന്നു. ഇരിക്കാനായി നാട്ടുമൂപ്പനും ആംഗ്യം കാട്ടുമ്പോൾ പ്രതിഷേധമായി എന്തൊക്കെയോ ശാപവാക്കുകൾ പറഞ്ഞുകൊണ്ട് അയാൾ ഇറങ്ങിപ്പോകുന്നു. സദസ്സിൽ ചെറിയൊരു തിരയിളക്കം. ആരൊക്കെയോ ചാടിയെണീറ്റ് പലതും പറയാൻ ശ്രമിക്കുമ്പോൾ മൂപ്പൻ എഴുന്നേറ്റുനിന്ന് അവരെ ശാന്തരാക്കുന്നു.

മൂപ്പൻ : (സമാധാനിപ്പിക്കുന്ന മട്ടിൽ) അവസരപ്പെടാതെ പളണീ. ഇത് ഒന്നോട് വേലൈ... ഒനക്ക് താൻ കെടയ്ക്കും.

പളണി : (തൊഴുതു കൊണ്ട്) അന്ത സൂപ്രണ്ട് അയ്യർവാൾ പെരിയ കട്ടിക്കാരൻ... യാരാവത് കംപ്ലെയിന്റ് പോട്ടാൽ...

വേറൊരാൾ : ഏതു കംപ്ലെയിന്റ്! ഇത് സൂയിസൈഡ് കേസ്. മുന്നാടി പോന കേസുകളിലെല്ലാം വേല കെടച്ചത് താനെ.

പളണി : (തല ചൊറിഞ്ഞുകൊണ്ട്) ആനാലും...

ഒരാൾ : ഇത് നോക്ക്. കെയർഫുള്ളാ ഇരുന്നാ ഉനക്ക് തന്നെ ബെറ്റർ. തണ്ണി പോട്ട് അന്ത ഗൂർഖയോട് ഗല്ലാട്ടക്ക് പോനാൽ എപ്പടി വെല കെടയ്ക്കും?

പളണി : (അരിശത്തോടെ) അതെല്ലാമെ പൊയ് അയ്യാ. അന്ത നാള്ക്ക് നാൻ തണ്ണിയേ പോടലെ...

മൂപ്പൻ : (ഇടപെടുന്നു) പൊയ് സോല്ലാതെടാ പളണീ. ഒണ്ണെപ്പറ്റി എല്ലാമെ തെരിയുമെ.... അത നാലെ വേല കെടയ്ക്കറ വരെ ഒഴുങ്കാ ഇരുന്തുക്കൊ...

അത് ശരിയാണെന്ന മട്ടിൽ മുതിർന്നവർ തലയാട്ടുമ്പോൾ ഒന്നും പറയാതെ തലതാഴ്ത്തി നിൽക്കുകയാണ് പളണി.

മൂപ്പൻ : (എഴുന്നേറ്റു കൊണ്ട്) സരീപ്പാ പാക്കലാം. നീ കവലപ്പെടാതെ പോയിട്.

കൃത്യമായൊരു തീരുമാനവുമെടുക്കാതെ നാട്ടുകൂട്ടം പതിയെ പിരിയുന്നതു കാണുമ്പോൾ പളണി അക്ഷമയോടെ രാജയോട് എന്തോ ശാപവാക്കുകൾ പറയുന്നുണ്ട്. കാറിത്തുപ്പിക്കൊണ്ട് അയാൾ ഒരു ബീഡി ആഞ്ഞു വലിക്കുന്നു. രണ്ടു പുകയെടുത്ത് രാജയുടെ നേർക്ക് നീട്ടുന്നു. (കഞ്ചാവ് ബീഡിയാണെന്ന സൂചന) അവൻ വേണ്ടെന്ന് ആംഗ്യം കാട്ടുന്നുണ്ടെങ്കിലും വീണ്ടും നിർബ്ബന്ധിക്കുകയാണ് പളണി.

പളണി : ട്രൈ പണ്ണടാ. ഇത് കേരളാവിലിന്ത വന്ത പെഷൽ

മടിയോടെ വാങ്ങി ഒന്നു വലിച്ചു പലവട്ടം ചുമച്ചിട്ട് രാജ തിരികെ കൊടുക്കുന്നു. അതുകണ്ട് പൊട്ടിച്ചിരിക്കുകയാണ് പളണി.

പതിനൊന്ന്

രാത്രി. മുനുസ്വാമിയുടെ വീടിന്റെ ഉൾഭാഗം.

മുനുസ്വാമി അത്താഴം കഴിക്കാനിരിക്കുകയാണ്. അടുത്തായി ചെമ്പകവും കാവേരിയും. ആകെ അസ്വസ്ഥനാണ് അയാൾ. ചോറുരുള കൈയിലെടുത്തിട്ടും കഴിക്കാൻ തോന്നുന്നില്ല. എന്തൊക്കെയോ ഓർത്ത് അതേപടി ഇരിക്കുകയാണ്.

ചെമ്പകം : എന്നത്. സാപ്പിടയ്യാ നേറ്റുക്കും സായം കാലം ഒണ്ണുമെ സാപ്പിടലെ.

സങ്കടത്തോടെ അതു നോക്കിനിൽക്കുന്ന കാവേരി തൊട്ടടുത്ത് വന്നിരിക്കുന്നു. കിണ്ണം അടുത്തേക്ക് നീക്കിവച്ച് എന്തോ വിളമ്പിയിട്ട് കഴിക്കാൻ പ്രേരിപ്പിക്കുന്നു. പക്ഷേ, കാണാത്ത മട്ടിൽ അതേ ഇരിപ്പ് ഇരിക്കുകയാണ് മുനുസ്വാമി.

മുനുസ്വാമി : (കിണ്ണം മാറ്റി വച്ചുകൊണ്ട് തളർന്ന സ്വരത്തിൽ) പശിയില്ലമ്മാ!

കാവേരി : (കെഞ്ചുന്നു) അപ്പടിയൊണ്ണും ശൊല്ലാതിങ്കെ. ഒടമ്പെ പാത്തിട്. കാലെയില് ഡ്യൂട്ടിക്ക് പോണമേ.

അപ്പോഴും ഒന്നും ഉരിയാടാനാകാതെ രണ്ടു പേരുടെയും മുഖങ്ങളിലേക്കും പുറത്തെ ഇരുട്ടിലേക്കും മാറിമാറി നോക്കുന്നു. അല്പം കഴിഞ്ഞ്

മുനുസ്വാമി : (എന്തോ ഓർത്ത് താഴ്ന്ന ശബ്ദത്തിൽ) അന്ത പളണി റൊമ്പ കെട്ടവൻ! നമ്മ രാജാവുക്ക് അത് മോസം പഴക്കം.

ചെമ്പകമാകട്ടെ ഇതിലൊന്നും തീരെ താത്പര്യം കാണിക്കുന്നില്ല. അതിനിടയിൽ മകൻ രാജാ കയറിവരുന്നു. വന്നപടി ആഹാരം കഴിക്കാനിരിക്കുന്നു. ചെമ്പകത്തിന്റെ ശ്രദ്ധ അവന്റെ നേർക്കാകുന്നു.

ചെമ്പകം : (തെല്ലൊരു ഈർഷ്യയോടെ മുനുസ്വാമിയോട്) നീങ്ക സാപ്പിടറയാ ഇല്ലയാ. എനക്ക് നെറയെ വേലയിരുക്ക് ഉള്ളെ...

കാവേരി ദേഷ്യത്തോടെ അമ്മയുടെ നേർക്കു നോക്കി എന്തോ ആംഗ്യം കാട്ടുന്നുണ്ടെങ്കിലും വാത്സല്യത്തോടെ മകന്റെ കിണ്ണത്തിൽ ചോറ് കൂമ്പാരമാക്കുന്നതിൽ ശ്രദ്ധിക്കുകയാണ് ചെമ്പകം. എന്നിട്ട് അതിനുമീതെ ഇറച്ചിക്കറി കോരിക്കോരിയൊഴിക്കുന്നു. അച്ഛൻ കഴിക്കുന്നുണ്ടോയെന്നു കൂടി നോക്കാതെ അവൻ ആർത്തിയോടെ ആഹാരം കഴിക്കുന്നു. അവൻ മതിയെന്ന് ആംഗ്യം കാട്ടുന്നുണ്ടെങ്കിലും ചെമ്പകം വാശിയോടെ ഇറച്ചിക്കറി വീണ്ടും ഒഴിക്കുന്നതു കാവേരി സങ്കടത്തോടെ നോക്കിനിൽക്കുന്നു. ഭർത്താവിനെ തീരെ ഗൗനിക്കാതെ മകനെ ഊട്ടുന്നതിലാണ് അവർക്ക് താത്പര്യം.

ചെമ്പകം : സാപ്പിടടാ, കണ്ണാ!

മുനുസ്വാമി ഒന്നും മിണ്ടാതെ നോക്കിയിരിക്കുമ്പോൾ എന്തോ ശാപവാക്കുകൾ ഉരുവിട്ടുകൊണ്ട് ചെമ്പകം അയാളുടെ മുമ്പിലെ കിണ്ണം എടുത്തു കൊണ്ടുപോകുന്നു.

ഒരക്ഷരം ഉരിയാടാതെ മുനുസ്വാമി എഴുന്നേറ്റുപോയി കൈ കഴുകുമ്പോഴും ചെമ്പകം എന്തൊക്കെയോ പിറുപിറുക്കുന്നുണ്ട്.

മുനുസ്വാമി പതിയെ ഉമ്മറത്തേക്ക് കടക്കുന്നു.

പന്ത്രണ്ട്

രാത്രി. മുനുസ്വാമിയുടെ വീടിന്റെ മുൻഭാഗം. മുറ്റത്തെ കയറ്റുകട്ടിലിൽ രാമച്ചവിശറിയുമായി കിടന്ന് ആകാശത്തെ നക്ഷത്രങ്ങളിലൂടെ കണ്ണോടിക്കുകയാണ് മുനുസ്വാമി.

മുനുസ്വാമിയുടെ ചില പഴയ ഓർമ്മകൾ.....

CUT TO

പന്ത്രണ്ട് എ

പകൽ. മുനുസ്വാമിയുടെ വീടിന്റെ ഉൾഭാഗം.

ചെറുപ്പക്കാരായ മുനുസ്വാമിയും മുത്തുവും സംസാരിച്ചുകൊണ്ട് നിൽക്കുന്നു. ജോലി തേടി ആദ്യമായി കമ്പനിയിലേക്കു പോകാൻ തയ്യാറെടുക്കുകയാണ് മുനുസ്വാമി. പാകമാകാത്ത ഒരു പാന്റ്സ് ഇടാൻ മുത്തു അയാളെ സഹായിക്കുന്നുണ്ട്. ആദ്യമായാണ് പാന്റ്സ് ഇടുന്നതെന്ന സൂചന. അതുകഴിഞ്ഞ് താൻ പൊതിഞ്ഞു കൊണ്ടുവന്ന കള്ളിഷർട്ട് മുത്തു അയാളെ ഇടുവിക്കുന്നു. കണ്ണാടിയിൽ നോക്കി രണ്ടുപേരും രസിച്ചു ചിരിക്കുന്നു. അകത്തുനിന്ന് വരുന്ന ചെറുപ്പക്കാരിയായ ചെമ്പകം അതു കണ്ട് നാണത്തോടെ ചിരിക്കുന്നു. ചുവരിലെ മുരുകന്റെ ചിത്രത്തിനു മുമ്പിൽ തെല്ലുനേരം തൊഴുതുനിന്നിട്ട് പോയി വരട്ടെ എന്ന മട്ടിൽ ആംഗ്യം കാട്ടിക്കൊണ്ട് മുനുസ്വാമി പുറത്തേക്ക് കടക്കുന്നു. മുത്തുവിന്റെ സൈക്കിളിന്റെ പുറകിലെ സീറ്റിലിരുന്ന് അയാൾ കൈ വീശുന്നു.

ഗ്രാമത്തിലെ കരിമ്പുവയലുകൾക്കിടയിലൂടെ, പൊടികലർന്ന നിരത്തുകൾക്കിടയിലൂടെ അവർ സൈക്കിളിൽ സഞ്ചരിക്കുന്നതിന്റെ പല ദൃശ്യങ്ങൾ. മുത്തു ഒരു പഴയ തമിഴ് സിനിമാപ്പാട്ട് ഉറക്കെ മൂളുന്നുണ്ട്. വലിയ സന്തോഷത്തിലാണ് രണ്ടുപേരും.

പതിമ്മൂന്ന്

പകൽ. ഫാക്റ്ററിയിലെ സൂപ്രണ്ടിന്റെ മുറി.

കസേരയിലിരിക്കുന്ന സൂപ്രണ്ട് അയ്യർവാൾ തീരെ താത്പര്യമില്ലാതെ മുത്തു കൊടുത്ത കടലാസുകൾ മറിച്ചുനോക്കുന്നു. മുമ്പിൽ അമ്പരപ്പോടെ തൊഴുതുനിൽക്കുകയാണ് മുനുസ്വാമി. ഇടയ്ക്ക് ചെറിയൊരു ചിരി അമർത്തി അയാളുടെ കോമാളിവേഷത്തിലേക്ക് കണ്ണോടിക്കുന്നുമുണ്ട് അയ്യർവാൾ. അല്പം കഴിഞ്ഞ്...

അയ്യർവാൾ : ഏൻടാ മുത്തൂ. ഒനക്ക് തെരിയുമേ...? ഇവിടെ വേക്കൻസി കീക്കൻസി ഒണ്ണുമെ കെട യാതെ. ഫാക്റ്ററി ഇന്നും ഫുൾ പ്രൊഡ ക്ഷൻ ആഹലെ... അതനാലെ അയ്യാ റൊമ്പ കോപപ്പെട്ട് ഇരുക്കിറാര്... (കടലാ സുകൾ മറിച്ചുകൊണ്ട്) അപ്പുറം ഇവ ങ്കള്ക്ക് ക്വാളിഫിക്കേഷനും കെടയാത്.

മുത്തു : (കെഞ്ചുന്ന മട്ടിൽ) അപ്പടിയൊണ്ണും ശൊല്ലാ തിങ്കെ, അയ്യാ... ഏതാവത് വേലൈ, ചിന്ന തായാലും പറവായില്ലെ... ഇവൻ പാവം, നല്ലവൻ. റൊമ്പ ആസപ്പെട്ട് വന്തേൻ.

അയ്യർവാളാകട്ടെ അപ്പോഴും കൗതുകത്തോടെ മുനുസ്വാമിയെ കണ്ണു കൊണ്ടുഴിയുകയാണ്. ഒടുവിൽ കടലാസുകൾ മാറ്റിവച്ചുകൊണ്ട് അയാൾ പറയുന്നു.

അയ്യർവാൾ : സരീപ്പാ. നീ പോ. അപ്പുറം പാക്കലാം.

മുത്തു : (വീണ്ടും കെഞ്ചുന്നു) നീങ്കെ നെനച്ചാ...

അയ്യർവാൾ : (ഇഷ്ടപ്പെടാത്ത മട്ടിൽ) സൊല്ലീട്ടേനെ... അപ്പുറം പാക്കലാം... ഏതാവത് വേക്കൻസി വരട്ടും...

ഒന്നുകൂടി താണു തൊഴുതിട്ട് മുനുസ്വാമിയുടെ കൈയും പിടിച്ച് അവർ പുറത്തേക്ക് കടക്കുന്നു.

CUT TO

മുത്തുവും മുനുസ്വാമിയുമായി സൈക്കിളിൽ ചുറ്റുന്നതിന്റെ പല ദൃശ്യങ്ങൾ. പാടവരമ്പത്തൂടെ, പുഴവക്കത്തൂടെ നീങ്ങുന്ന സൈക്കിൾ... ഗ്രാമത്തിലെ ചായക്കടയിലെ ബഞ്ചിൽ അവർ ചായ കുടിക്കാനിരിക്കുന്നു. അസ്തമയ സമയത്ത് പാറപ്പുറത്ത് മലർന്നുകിടന്ന് ഭാവിസ്വപ്നങ്ങളെപ്പറ്റി സംസാ രിക്കുന്നു. ഇരുട്ട് പരന്നു തുടങ്ങിയിട്ടും അവർ അതേ കിടപ്പ് കിടക്കുന്നു.

മുനുസ്വാമി : രാജാവുക്ക് ഒരു ജോലി... കാവേരിക്ക് ഒരു കല്യാണം...

CUT TO

മുനുസ്വാമിയുടെ വീട്. പകൽ. ചെറുപ്പക്കാരനായ മുത്തു സൈക്കിളിൽ തുടർച്ചയായി ഉറക്കെ ബെല്ലടിച്ചു കൊണ്ടുവരുന്നു. അകത്തു നിന്നുവരുന്ന

മുനുസ്വാമിയെ കെട്ടിപ്പിടിച്ചുകൊണ്ട് ഒരു കവർ കൊടുക്കുന്നു. (ജോലി ക്കുള്ള ഓർഡറാണത്) അത് തുറന്നു നോക്കിയിട്ട് മുനുസ്വാമി തുള്ളി ച്ചാടുന്നു. പുറത്തെ ബഹളം കേട്ടുകൊണ്ട് അകത്തു നിന്ന് ചെമ്പകം ഓടി വരുന്നു. അവളുടെ ഒക്കത്ത് കുട്ടിയായ പളണിയുമുണ്ട്. മുനുസ്വാമി അവരെ കെട്ടിപ്പിടിക്കുന്നു.

CUT TO

രാത്രി. (ആദ്യ രംഗത്തിന്റെ ആവർത്തനം.) കാട്ടുചെടികളെ വകഞ്ഞു മാറ്റിക്കൊണ്ട്, കിതച്ചുകൊണ്ട് ഇരുട്ടിലൂടെ ഓടുന്ന മുത്തു. പുറകിൽ പിന്തു ടരുന്ന കാലൊച്ചകൾ... ഒടുവിൽ അടി വീഴുന്നു. നിഴലുകളുടെ മൽപ്പിടുത്തം. കിണറ്റിൽ ഒരു ഭാരിച്ച സാധനം വീഴുന്നതിന്റെ ശബ്ദം. ഉറക്കെ ചിറകടിച്ചു കൊണ്ട് പറന്നുപോകുന്ന പക്ഷികൾ... ദൂരെ ഇരുട്ടിന്റെ കോണുകളിൽ നിന്ന് ഉറക്കെ ഓരിയിടുന്ന കുറുക്കന്മാർ. ഒന്നുനിറുത്തുമ്പോൾ വേറൊന്ന് ഏറ്റെടുക്കുന്നു.

മുനുസ്വാമി : (ഞെട്ടിയുണർന്ന് കരയുന്നതു പോലെ) മുരുഹാ...കടവുളേ...

ശബ്ദം കേട്ട് അകത്തുനിന്ന് കാവേരി ഓടിവരുന്നു. ചെമ്പകം വാതിൽക്കൽ വന്ന് എത്തിനോക്കുന്നു. ഒന്നുമില്ലെന്ന മട്ടിൽ മുനുസ്വാമി തലയാട്ടുന്നു വെങ്കിലും കാവേരി അത് വിശ്വസിക്കുന്നില്ല. ക്ലോസപ്പിൽ മുനുസ്വാമിയുടെ വിയർപ്പിൽ കുതിർന്ന മുഖം. കസേരക്കൈയിൽ കിടക്കുന്ന തോർത്തെ ടുത്ത് കാവേരി മുനുസ്വാമിയുടെ മുഖം തുടച്ചുകൊടുക്കുന്നു. അകത്തു പോയി വെള്ളം നിറച്ച മൺകൂജ കൊണ്ടുവരുന്നു. അയാൾ ആർത്തി യോടെ വെള്ളം കുടിക്കുന്നു...

മുനുസ്വാമി : (ഉറക്കെ) മുരുഹാ, കാപ്പാത്തുങ്കൊ...

പതിനാല്

പകൽ. നാട്ടിൻപുറത്തെ ഒരു ഇടിഞ്ഞു പൊളിഞ്ഞ കെട്ടിടത്തിന്റെ ഉൾഭാഗം.

പളണിയും കൂട്ടരും ചീട്ടുകളിക്കുകയാണ്. കാശുവച്ച് ചീട്ട് കളിക്കുക യാണെന്ന സൂചന. അല്പം മാറി, അവർക്ക് കാവൽ നിൽക്കുന്നതുപോലെ രാജ നിൽപ്പുണ്ട്. ഇടയ്ക്കിടക്ക് ആരെങ്കിലും വരുന്നുണ്ടോയെന്ന് നോക്ക ലാണ് അയാളുടെ ചുമതല. ഇടയ്ക്ക് കളിക്കാർ തമ്മിൽ തർക്കവും വഴക്കും വക്കാണവും നടക്കുന്നു. അതിന് തുടക്കമിടുന്നത് പളണി തന്നെ. (ഡയലോഗില്ല) അയാൾ എഴുന്നേറ്റ് ഒരുത്തന്റെ കഴുത്തിൽ കയറിപ്പിടി ക്കുമ്പോൾ ഉന്തും തള്ളുമാകുന്നു. ആരൊക്കെയോ ഇടപെട്ട് പിടിച്ചു മാറ്റുന്നു.

അതിനിടയിൽ ആ പഴയ രണ്ടു പൊലീസുകാർ സ്കൂട്ടറും ഇരപ്പിച്ചു കൊണ്ട് അല്പം ദൂരെ വന്ന് നിൽക്കുന്നു. പൊടുന്നനെ സ്കൂട്ടർ നിന്നു പോകുമ്പോൾ അവരെ കൈകാട്ടി വിളിക്കുന്നു. ലേശം പേടിയോടെയാണ് പളണി അടുത്തേക്ക് ചെല്ലുന്നതെങ്കിലും അവർ അവനോടു പറയുന്നത് ബൈക്ക് ഒന്ന് തള്ളിക്കൊടുക്കാനാണ്. ഇഷ്ടപ്പെടാത്ത മട്ടിൽ രണ്ടു പേർ ചേർന്ന് തള്ളിക്കൊടുക്കുന്നു. വണ്ടി സ്റ്റാർട്ടാകുന്നു.

പിന്നീട് കളി അവസാനിപ്പിച്ച് ഏതോ ശാപവാക്കുകൾ പറഞ്ഞു കാറി ത്തുപ്പിക്കൊണ്ട് പളണി നടക്കുന്നു; അനുസരണയോടെ പുറകെ രാജയും.

പതിനഞ്ച്

വെട്ടുവഴി. സന്ധ്യ

പളണിയും രാജയും സംസാരിച്ചുകൊണ്ട് നടക്കുന്നു. പളണി കഞ്ചാവു ബീഡി കത്തിച്ചു നീട്ടുമ്പോൾ ഇക്കുറി രാജ മടിക്കുന്നില്ല.

നടന്നുനടന്ന് അവർ ഗ്രാമത്തിലെ കള്ളുഷാപ്പിനു മുൻപിലെത്തുന്നു.

പതിനഞ്ച് എ

കള്ളുഷാപ്പിന്റെ മുൻഭാഗം. രാത്രി.

പളണി കൈകാട്ടി വിളിക്കുമ്പോൾ രാജ മടിയോടെ പുറത്തുതന്നെ നിൽ ക്കുകയാണ്. പളണി അകത്തേക്ക് കയറിപ്പോകുന്നു.

കൈലിയുടുത്ത മലയാളി കടക്കാരൻ പുറത്തേക്കു വന്ന് കൈകാട്ടുന്നു.

കടക്കാരൻ : നീയാ മുനുസ്വാമിയുടെ മകനല്ലേ? കേറി വാടാ...

അയാളുടെ കൈ പിടിച്ച് അകത്തേക്കു കൂട്ടിക്കൊണ്ടു പോകുന്നു. അകത്ത് പാട്ടും ചിരിയും... ഏതോ നാടൻ പാട്ടുകളാണ് അവർ പാടുന്നത്. അതോ ടൊപ്പം ആരോ പരാശക്തിയിലെ ശിവാജിയുടെ നെടുങ്കൻ ഡയലോഗുകൾ കാച്ചിവിടുന്നുണ്ട്.

കടക്കാരൻ രാജയുടെ മുൻപിൽ ഒരു ഗ്ലാസ് കള്ള് കൊണ്ടുവന്നുവയ്ക്കു മ്പോൾ അയാൾ വല്ലായ്മയോടെ പളണിയുടെ മുഖത്തേക്കു നോക്കുന്നു. ചിരിച്ചുകൊണ്ട് കുടിച്ചുകൊള്ളാൻ അയാൾ ആംഗ്യം കാട്ടുന്നു. മൂക്കി നടുത്ത് കൊണ്ടുവന്ന് മണപ്പിച്ചു നോക്കിയിട്ട് ഒന്ന് മടിക്കുന്നുണ്ടെങ്കിലും പിന്നീട് അയാൾ മെല്ലെ കുടിക്കാൻ തുടങ്ങുന്നു. ആരോ കൈയടിക്കുന്നു. ആ കാഴ്ചകൾ കണ്ട് രസിക്കുകയാണ് മുതിർന്ന കുടിയന്മാർ.

ഒരാൾ : നീ അന്ത മുനുസ്വാമിയോട് പുള്ളൈ താനേ!

ആരും മറുപടി പറയുന്നില്ല.

പളനി : കുടിക്കടാ. ഇത് വെഷമല്ലാ, അമൃത്...

രംഗം കൊഴുക്കുമ്പോൾ ആരോ പളണിയെ കെട്ടിപ്പിടിച്ച് എന്തോ ചെവിയിൽ പറയുമ്പോൾ അവൻ നാണിച്ചു പോകുന്നു. അതിനിടയിൽ ആരൊക്കെയോ വേച്ചുവേച്ചു പുറത്തേക്ക് പോകുമ്പോൾ പുതിയ ആളുകൾ കയറിവരുന്നു. മിക്കവരും ഫാക്റ്ററി തൊഴിലാളികളാണ്. ചിലർ യൂണിഫോം പോലും മാറാതെയാണ് വന്നിരിക്കുന്നത്. രാജയെ തിരിച്ചറിഞ്ഞ് ആരോ കുശലം ചോദിക്കാൻ വരുമ്പോൾ അയാൾ ചൂളിപ്പോകുന്നു.

പതിനാറ്

ഫാക്റ്ററിയുടെ ഉൾഭാഗം. പകൽ.

ഇടനാഴിയിലെ ചുവരിൽ ഉറപ്പിച്ചിരിക്കുന്ന നെയിംബോർഡുകളിലൂടെ കണ്ണോടിച്ചുകൊണ്ട് നടക്കുകയാണ് നിവേദിത. കൈകൾ വീശി കൂസലില്ലാതെയുള്ള നടപ്പ്. കോതിയൊതുക്കാതെ വിടർത്തിയിട്ടിരിക്കുകയാണ് മുടി. നിറമുള്ള നീളൻ ഖാദി ജുബ്ബയും നരച്ച നീല ജീൻസുമാണ് വേഷം. ചുമലിൽ ഒരു തോൾസഞ്ചി. (ഒരു കണ്ണട കൂടിയാവാം).

ഒടുവിൽ പി.എസ്. അയ്യർ, സൂപ്രണ്ട് എന്ന ബോർഡിനു മുൻപിൽ ഒന്നു നിൽക്കുന്നു. കതക് തുറക്കാൻ നോക്കുമ്പോൾ ദൂരെ സ്റ്റൂളിലിരിക്കുന്ന പ്യൂൺ ഓടിവരുന്നു. അവളുടെ വേഷവും നടപ്പും കണ്ട് പത്രക്കാരിയാണോയെന്ന സംശയത്തിൽ തടയുന്നു. നിവേദിത കൈയിലുള്ള കവർ കാണിച്ച് എന്തോ പറയുമ്പോൾ ഭാവം മാറി, നിൽക്കാൻ ആംഗ്യം കാട്ടി അയാൾ അകത്തേക്കു പോകുന്നു. പിന്നീട് അനുവാദം വാങ്ങിയ ശേഷം ഉപചാരപൂർവം കതക് തുറന്നുപിടിച്ചുകൊണ്ട് നിൽക്കുന്നു.

നിവേദിത തൊഴുതുകൊണ്ട് കൈയിലിരിക്കുന്ന കവർ തുറന്ന് കടലാസെടുത്ത് കൊടുക്കുന്നു.

കറങ്ങുന്ന കസേരയിലിരിക്കുന്ന അയ്യർ അവളുടെ വേഷത്തിലേക്കും കവറിലെ കടലാസിലേക്കും മാറിമാറി നോക്കുന്നു. ആ വേഷവും ഭാവവും അയാൾക്ക് പിടിച്ചില്ലെന്ന് വ്യക്തം. പിന്നീട് എതിരെയുള്ള കസേരയിലിരിക്കാൻ ആംഗ്യം കാട്ടുന്നു. നിവേദിത ഇരിക്കുന്നു.

നിവേദിത : (ഭവ്യതയിൽ ചിരിക്കുന്നു) വണക്കം സേർ.

അയ്യർ : (തമിഴ് കലർന്ന മലയാളത്തിൽ) അയ്യയ്യോ, എന്നോട് തമിഴൊന്നും വേണ്ടാ. ഞാൻ പഴയ

പാലക്കാടൻ അയ്യർ... കൽപ്പാത്തിയിൽ നിന്ന് അപ്പാ ഇങ്ങോട്ട് വന്നു; സം തേർട്ടി ഇയേർസ് ബാക്ക്... പിന്നെ ഇത് ബോർഡർ ടൗൺ. ഇവിടത്തുകാർക്ക് മലയാളവും തെരിയും. തമിഴും മലയാളവും ചേർത്തൊരു മിക്സ് മതിയിവിടെ.

നിവേദിത തലയാട്ടുന്നു.

അയ്യർ : (അടിമുടി നോക്കി ഒരു ചിരിയോടെ) സൊ യൂവാർ മിസ് നിവേദിതാ മേനോൻ, അവർ ന്യൂ പേർസണൽ ഓഫീസർ... നിവേദിത...വാട്ട് എ ലവ്‌ലി നെയിം..! പേർസണൽ ഓഫീസറാകുമ്പോൾ കൊറച്ച് പൊക്കോം തടീമുണ്ടാവുംന്നാ കരുതീത്. But you are so short! (അത് ആസ്വദിച്ചിട്ടെന്നോണം ഒരു പൊള്ളച്ചിരി)

നിവേദിത : (ചിരിച്ചുകൊണ്ട്) പൊക്കമില്ലായ്മയാവില്ലേ, ചെലര്ടെ പൊക്കം, സർ!

അയ്യർ : (തലയാട്ടി മേശപ്പുറത്ത് താളം പിടിച്ചുകൊണ്ട്) ആയിക്കോട്ടെ, ആയിക്കോട്ടെ... പക്ഷേ ഇവിടത്തെ വർക്കേർസ് കൊറച്ച് ടഫ് ആണ്...

നിവേദിത : നോക്കാം സേർ!

അയ്യർ : (പെട്ടെന്ന് ചുവരിലെ കലണ്ടറിലേക്ക് ഉറ്റു നോക്കിക്കൊണ്ട്) അയ്യയ്യോ, ഇന്നേക്ക് അമാവാസി... സാറ്റർഡെയില് രാഹുകാലം... അപ്പൊ ഇതൊന്നും നോക്കിയില്ലേ മിസ്. നിവേദിത?

നിവേദിത : ഇല്ല സേർ.

അയ്യർ : (അത്ഭുതത്തോടെ) അതെന്താ, വീട്ടിൽ അങ്ങനെയൊരു പഴക്കമില്ലേ?

നിവേദിത : (പരുങ്ങലോടെ) അതൊന്നും നോക്കാറില്ല അവടെ.

അയ്യർ : സർപ്രൈസിങ്ങ്. ഇതുപോലൊരു ഇംപാർട്ടന്റ് ജോലി. അതും ഫസ്റ്റ് ജോബ്. നല്ല ദിവസവും നേരവും നോക്കണത് നല്ല തല്ലേ?

നിവേദിത : അറിയില്ല സേർ.

അയ്യർ : (സൂക്ഷിച്ചു നോക്കിക്കൊണ്ട്) കമ്മ്യൂണിസ്റ്റാ...?

നിവേദിത : (വീണ്ടും പരുങ്ങലോടെ) അങ്ങനെയൊന്നുമില്ല സേർ! അച്ഛൻ പാർട്ടിക്കാരനായിരുന്നില്ല. ട്രേഡ് യൂണിയനിസമായിരുന്നു അച്ഛന്റെ രാഷ്ട്രീയം.

അയ്യർ : അത് നന്നായി. പിന്നെ ഈ ഡ്രസ്സ്! ഇത് പേർസണൽ മാനേജർ പോസ്റ്റ്. വർക്കേർസിനെ തനിച്ചു ഡീൽ ചെയ്യേണ്ട സീനിയർ പോസ്റ്റ്. ഈ മാതിരി ഡ്രസ്സ് ആ പൊസിഷനു പോരാ...

നിവേദിത മനസ്സിലാകാത്തതു പോലെ നോക്കുന്നു.

അയ്യർ : അല്ലാ, കേരളാവായതു കൊണ്ട് ചോദിക്ക്യാണ്. ഡോണ്ട് മിസണ്ടർസ്റ്റാന്റ്. (കടലാസുകളിലൂടെ കടന്നുപോയിക്കൊണ്ട്) കൽക്കത്ത ഐ.എ.എമ്മിൽ ടോപ്പർ! എന്നിട്ടും ഈ കമ്പനിയിൽ... പക്ഷേ, ഞങ്ങളീ ഐ.ഐ.എം കണ്ടിട്ടൊന്നുമല്ലാട്ടോ സെലക്റ്റ് ചെയ്തത്. (ഒരു കള്ളച്ചിരിയോടെ) കേരളാവിലെ പോളിറ്റിക്സ്, ട്രേഡ് യൂണിയനിസം... An average Malayali is a political animal എന്നല്ലേ പറയ്വാ. അതുകൊണ്ട് ഇവിടത്തെ പണിക്ക് ഒരു മലയാളിയായിരിക്കും ബെറ്ററെന്ന് തോന്നി. മുള്ളിനെ മുള്ളുകൊണ്ട് എടുക്കണംന്നല്ലേ പ്രമാണം? (ഉറക്കെ ചിരിക്കുന്നു)

നിവേദിതയും അതിൽ പങ്കുചേരുന്നു.

അയ്യർ : (സ്വരം താഴ്ത്തി രഹസ്യം പോലെ) ഇവിടത്തെ യൂണിയൻ നേതാവും ഒരു മലയാളിയാ, ഒരു ചന്ദ്രൻനായര്. വർക്കേർസിന്റെ പ്രിയപ്പെട്ട കെ.സി... ആള് വലിയ കൊഴപ്പക്കാരനല്ല, (കണ്ണിറുക്കി) പക്ഷേ, കുറച്ചു കണ്ണിങ്ങ്. ബുദ്ധി കുറച്ചു കൂടും. വർക്കേർസിന്റെ കാര്യം വരുമ്പോൾ ആള് പുലിയാകും... ആ ടൈഗറെ മെരുക്കറത് റൊമ്പ കഷ്ടം.... ഇതിനു മുൻപുണ്ടായിരുന്ന ആള് കൊറെ വെഷമിച്ചു.

നിവേദിത : ഇടയ്ക്കു വച്ച് മതിയാക്കി പോവ്വായിരുന്നൂന്നാ കേട്ടത്... ഒന്നല്ല രണ്ടു പേര്, അതും ഒരു കൊല്ലത്തിനുള്ളിൽ...!

അയ്യർ : (അത്ഭുതത്തോടെ) അതൊക്കെ എങ്ങനെ കണ്ടുപിടിച്ചു? How did you find out?

നിവേദിത : (ചിരിയോടെ) നിങ്ങള് ഞങ്ങളെ പഠിക്കണതു പോലെ ഞങ്ങൾക്ക് നിങ്ങളേം പഠിക്കാതെ വയ്യല്ലോ, സേർ.

അയ്യർ : എന്നിട്ടും എന്തിന് ഇവിടെ?

നിവേദിത : എനിക്ക് ചാലഞ്ചസ് ഇഷ്ടമാണ് സേർ.

വിശ്വാസം വരാത്തതുപോലെ അയ്യർ അവളെ സൂക്ഷിച്ചുനോക്കുന്നു.

അയ്യർ : ഓക്കെ. വിഷ് യു ആൾ ദ ബെസ്റ്റ്.

നിവേദിത : (എഴുന്നേറ്റു കൊണ്ട്) താങ്ക്യൂ സേർ.

അയ്യർ : സരീപ്പാ. ഈ പേപ്പറെല്ലാം ആ എസ്റ്റാബ്ലിഷ്മെന്റില് കൊടുത്ത് ഇന്നു തന്നെ ജോയിൻ ചെയ്തോളൂ... അമാവാസിയും രാഹുകാലവുമൊക്കെ മലയാളത്താന്മാർക്ക് പുണ്യകാലമായിരിക്കും.

നിവേദിത തൊഴുതുകൊണ്ട് ആ കടലാസുകളുമായി പുറത്തേക്കു പോകുന്നു.

പതിനേഴ്

പകൽ. നിവേദിത ഓഫീസിലെ കസേരയിൽ. ഒരു പ്യൂൺ കടന്നുവന്ന് തൊഴുന്നു.

പ്യൂൺ : സാമാനമെല്ലാം അങ്കെ ഗസ്റ്റ്ഹൗസ് റൂമില് വെച്ചിരിക്ക്... അപ്പുറം അന്ത കെ.സി. അയ്യാ പാക്ക വന്തിരിക്ക്.

നിവേദിത : സരി, വര ചൊല്ല്.

അയാൾ പോകുമ്പോൾ യൂണിയൻ നേതാവ് കെ.സി. കടന്നുവരുന്നു. വെയില് കൊണ്ടു കരുവാളിച്ച മുഖം നിറയെ ചുളിവുകൾ. കുറ്റിത്തലമുടി. ഉയരം കുറഞ്ഞ മദ്ധ്യവയസ്കൻ. വടക്കൻ ശൈലിയിൽ സംസാരം.

കെ.സി. : വെറുതെയൊന്ന് കാണാൻ വന്നതാ. എന്തായാലും ഞങ്ങടെ കമ്പനിയിലേക്ക് വെൽക്കം... താമസമൊക്കെ?

നിവേദിത : ഗസ്റ്റ്ഹൗസില് അറേഞ്ച് ചെയ്തിട്ടുണ്ടെന്ന് പറഞ്ഞു. പോയിട്ടില്ല. നേരെ ഇങ്ങോട്ട് വരവായിരുന്നു.

കെ.സി. : അവിടത്തെ ഭക്ഷണമൊക്കെ ഒരു വഹയാ... ഞങ്ങടെ കാന്റീനിലെ പോലെതന്നെ ഗസ്റ്റ് ഹൗസിലും... ഇനി മാഡമായിട്ട് അതൊക്കെ ഒന്ന് നന്നാക്ക്യാൽ...

നിവേദിത : അതിന് എന്റെ ആവശ്യങ്ങളെല്ലാം വളരെ ലിമിറ്റഡല്ലേ. മിസ്റ്റർ...

കെ.സി : കെ.സീന്ന് മതി. അങ്ങനെയാ ഇവിടത്തെ പതിവ്. എന്തായാലും, ആദ്യായിട്ടാ ഒരു മലയാളി ഈ കമ്പനീല്, അതും ഇങ്ങനൊരു പൊസിഷനില്...

നിവേദിത : ആരെങ്കിലും എപ്പോഴെങ്കിലും തുടങ്ങി വയ്ക്കണ്ടേ, കെ.സീ. (അല്പം തിരക്കാണെന്ന മട്ടിൽ, മേശപ്പുറത്തെ ഫയലുകൾ മടക്കിക്കൊണ്ട്) എന്തായാലും കണ്ടതിൽ വളരെ

സന്തോഷം... ഒരുപാട് കാലം ഒരുമിച്ച് പോണ്ടവരല്ലേ നമ്മള്.

കെ.സി : (ഉന്നംവച്ച് ചിരിച്ചുകൊണ്ട്) അതെയതെ. അത് മറക്കാതിരുന്നാൽ മത്യായിരുന്നു... മൊതലാളിമാരുടെ വലിയ വലിയ താത്പ ര്യങ്ങളോടൊപ്പം ഞങ്ങള് പാവപ്പെട്ട തൊഴി ലാളികളുടെ ചില ചെറിയ ചെറിയ താത്പ ര്യങ്ങള് കൂടി...

നിവേദിത : എന്താ സംശയം?

കെ.സി. : (അർത്ഥം വച്ച്) വലിയ കോളേജുകളിൽ വലിയ തിയറികള് പഠിച്ച് വരണോര്....

നിവേദിത : ഞാൻ പലതും പഠിച്ചത് പുസ്തകങ്ങളിൽ നിന്നല്ല, ജീവിതത്തിൽനിന്നാണ്.

കെ.സി. : (എണീറ്റു കൊണ്ട്) ഉവ്വുവ്വ്. അച്ഛനെപ്പറ്റി കേട്ടിട്ടുണ്ട് കുറച്ചൊക്കെ.

നിവേദിത : അപ്പോൾ കെ.സി. എന്നെപ്പറ്റി ഒരുപാട് റിസർച്ച് നടത്തിക്കഴിഞ്ഞു?

കെ.സി. : (ചിരിയോടെ) അത് ഞങ്ങടെ തൊഴിലല്ലേ, മാഡം.

നിവേദിത : (എഴുന്നേറ്റു കൈ നീട്ടിക്കൊണ്ട്) ശരി, കെ.സി, കാണാം നമുക്ക്. ഈ വാതിൽ എപ്പോഴും തുറന്നുകിടക്കും, ശരിയായ കാര്യങ്ങൾ ക്കായി...

മുൻപ് കാണാത്ത വിധത്തിലുള്ള ആ കൈ നീട്ടൽ അതിശയിപ്പിക്കുന്നുണ്ട് കെ.സിയെ. അയാൾ തെല്ലൊന്നു മടിച്ചിട്ട് പിന്നീട് അവളുടെ മുഖത്തെ ചിരി കണ്ടിട്ട് കൈപിടിച്ചു കുലുക്കുന്നു.

കെ.സി : അല്ലെങ്കിലും ശരിയായ കാര്യങ്ങൾക്കേ കെ.സി. ഈ വാതിലിൽ മുട്ടാറുള്ളൂ. ശരി മാഡം, കാണാം (ഊന്നലോടെ) കാണണം.

തൊഴുതുകൊണ്ട് ഇറങ്ങിപ്പോകുന്നു.

പതിനെട്ട്

നാട്ടുകൂട്ടം കൂടിയ അതേ ആൽത്തറ. പകൽ.

ശെൽവനും അഞ്ചാറ് കൂട്ടുകാരും സംസാരിച്ചുകൊണ്ടിരിക്കുകയാണ്. കൂട്ടത്തിൽ നേതാവായ ശെൽവൻ കൈയും കലാശവും കാട്ടി വലിയ ആവേശത്തിലാണ്. കരിമ്പുവയലുകൾ വെട്ടിനിരത്തി പഞ്ചസാരക്കമ്പനി വരുന്നതിനെതിരെ പ്രക്ഷോഭം നടത്തിയവരുടെ മുൻനിരയിൽ ഉണ്ടായിരുന്നു അയാൾ.

ശെൽവൻ : (നിരാശയോടെ) അന്നേക്ക് ഫാക്ടറി വര ടൈമിലേ തെരിയും എനക്ക്... ഊര് മക്കൾക്ക് വേലൈ എന്ന് പ്രോമിസ് പണ്ണി ഏമാത്തിയിട്ടാര്... എല്ലാമെ റാസ്കൽസ്, പെരിയ റാസ്കൽസ്.

ഒരാൾ : വേല കിടച്ചത് അവാ ആൾക്ക് താൻ.

വേറൊരാൾ : യൂണിയൻകാര്ടെ ചില ശിങ്കിടികൾക്കും കിട്ടി വേല...

ശെൽവൻ : ഊരെല്ലാം ഒരേ വെഷം. മീൻ സാപ്പടിറ്ത്ക്ക് കൂടി ബയം...! അതെല്ലാം ശൊന്നാ നാൻ നക്സലൈറ്റ്.

ഒരാൾ : റാസ്കൽസ്, പെരിയ റാസ്കൽസ്.

വേറൊരാൾ : (അരിശത്തോടെ) നീ മാനേജ്മെന്റിനൊരു പെറ്റീഷൻ കൊടുക്ക്. ഒന്നും നടന്നില്ലെങ്കിൽ അജിറ്റേഷൻ.

അവർ കൈയടിക്കുന്നു. (പിന്നെയും കൈയും കലാശവുമായി അവർ എന്തൊക്കെയൊ പറയുന്നുണ്ടെങ്കിലും ക്യാമറ പുറകോട്ട് പോകുമ്പോൾ ഒന്നും വ്യക്തമല്ല. ഇടയ്ക്ക് കൈയടിയും കേൾക്കാം)

പത്തൊമ്പത്

നാട്ടിൻപുറത്തെ ഒരു ഒഴിഞ്ഞ സ്ഥലത്ത് പളണിയും രാജയും ഇരുന്ന് സംസാരിക്കുന്നു. പുഴവക്കത്തെ പാറക്കെട്ടുകളിലോ ആൽത്തറയിലോ ഇടിഞ്ഞുപൊളിഞ്ഞ കെട്ടിടത്തിന്റെ തിണ്ണയിലോ എവിടെ വേണമെങ്കിലും

ആകാം. അർഹതപ്പെട്ട ജോലി ഇനിയും കിട്ടാത്തതിൽ കുപിതനാണ് പളണി. ആരെങ്കിലും ഇടപെട്ട് അത് തട്ടിക്കളയുമോയെന്ന ആശങ്കയുണ്ട് അയാൾക്ക്.

പളണി : എന്നമോ ബയമായിരിക്ക് എനക്ക്. യാരാവത് കംപ്ലെയിന്റ് പോട്ടാ... അന്ത സൂപ്രണ്ട് പെരിയ കട്ടിക്കാരൻ (മുഖം ക്രൂരമാകുന്നു) വേല കെടയ്ക്കലൈന്നാൽ അവാളെകൊണ്ണിടുവേൻ നാൻ... അല്ലാട്ടാ ആസിഡ് ഇരിക്കെ എങ്കിട്ടെ.... കോളേജില് പോറ പൊണ്ണുക്ക്...

രാജാ അയാളെ ആശ്വസിപ്പിക്കാൻ നോക്കുമ്പോൾ, നാളെ നിനക്കും ഇങ്ങനെ ഒരു ഗതി വരുമ്പോൾ സഹായിക്കാൻ താൻ മാത്രമേ ഉണ്ടാകൂ എന്നയാൾ ആവർത്തിച്ചു പറയുന്നു.

പളണി : (ഭീഷണിപ്പെടുത്തുന്ന മട്ടിൽ) ഒരു നാൾ ഒനക്കും ഇന്ത മാതിരി.

അതുകേട്ട് ഞെട്ടിത്തരിക്കുകയാണ് രാജ. മനസ്സിലൂടെ ഒരുപാട് വേണ്ടാത്ത വിചാരങ്ങൾ കടന്നുപോകുമ്പോൾ രാജ അസ്വസ്ഥനാകുന്നു. പിന്നീട് പളണിയുടെ തോളത്ത് കൈവച്ചു കടുംകൈയൊന്നും കാണിക്കരുതെന്ന് ആംഗ്യം കാട്ടുന്നു.)

രാജാ : അപ്പടിയൊണ്ണും വേണാ...

ഇരുട്ട് പരക്കാൻ തുടങ്ങുമ്പോൾ അവർ എഴുന്നേറ്റ് പതിയെ നടക്കാൻ നോക്കുന്നു. രാജയുടെ കാതിൽ അപ്പോഴും പളണിയുടെ വാക്കുകളാണ്. 'ഒനക്കും ഒരു നാൾ ഇന്ത മാതിരി...'

തലയ്ക്ക് മുകളിലൂടെ ചില പക്ഷികൾ ചിറകടിച്ചു പറന്നുപോകുന്ന ശബ്ദം കേൾക്കുമ്പോൾ രാജാ ഞെട്ടിപ്പോകുന്നു.

ഇരുപത്

നിവേദിത ഒരു ഫയലുമായി സൂപ്രണ്ടിന്റെ മുറിയിൽ.

നിവേദിത : ഇതെല്ലാം വളരെ confusing സേർ? വിശ്വസിക്കാൻ പറ്റണില്ല. Something fishy somewhere...

സൂപ്രണ്ട് വലിയ താത്പര്യം കാണിക്കാതെ തുടയിൽ താളംപിടിച്ചു കൊണ്ട് ഒരു രാഗം മൂളുന്നു. (വേണമെങ്കിൽ വെറ്റിലയിൽ ചുണ്ണാമ്പ് തേച്ച് വിശദമായ മുറുക്കലുമാവാം)

അയ്യർ : യമുന കല്ല്യാണി... അറിയ്യോ...? ഹിന്ദു സ്ഥാനീല് യമൻ കല്യാൺ... ശാന്തിയുടെ, പീസിന്റെ രാഗം... ഈവ്നിങ്ങുകളുടെ രാഗം...

നിവേദിത : (തെല്ലൊരു ഈർഷ്യയോടെ) സേർ, ഞാൻ പറഞ്ഞു വരണത്. ഇതിന് മുൻപ് നാല് തവണയാണ് ഇത് നടന്നത്... ഇരകളെല്ലാം ജോലിയിൽനിന്ന് പിരിയാൻ മാസങ്ങൾ മാത്രമുള്ളവർ... പലതരം മരണങ്ങൾ... പല രുടെയും അറിവോടുകൂടി... How cruel?

അയ്യർ : (മേശപ്പുറത്ത് തട്ടി ചിരിച്ചുകൊണ്ട്) അബൂ ബർക്കും അമാവാസിക്കും എന്ന സംബന്ധം?

നിവേദിത : (ഇഷ്ടപ്പെടാത്ത മട്ടിൽ) സേർ...

അയ്യർ : നോക്കൂ, കുട്ടീ... ഇതെല്ലാം നോക്കണ്ടത് നമ്മള് ഓഫീസേർസല്ല. പോസ്റ്റ്മോർട്ടം ചെയ്ത ഡോക്ടറും, കേസ് അന്വേഷിച്ച ഇൻസ്പെക്ടറും പറയണതെന്താ? അതൊക്കെ ആ ഫയലിലുണ്ടല്ലോ.

നിവേദിത : (നിരാശയോടെ) സൂയിസൈഡാന്നാ അവര് പറേണേ..

അയ്യർ : അവര് പറയണതാ ഇവടത്തെ നിയമം. സൂയിസൈഡെങ്കിൽ സൂയിസൈഡ്. നോർ മ്മൽ ഡെത്തെങ്കിൽ നോർമ്മൽ ഡെത്ത്.

നിവേദിത : എന്നാലും സേർ, കോമൺസെൻസ്...

അയ്യർ : (അരിശത്തോടെ) എന്തുന്ന് കോമൺസെൻസ്! മണ്ണാങ്കട്ട! നീയാരാ ഡോക്ടറാ, അതോ പൊലീസാ? അവരെല്ലാം പെരിയ ആളുകൾ. Responsible government off icials... അവരുടെ

findingsനെ ക്വസ്റ്റ്യൻ ചെയ്യാൻ നീയാരാ സി.ബി.ഐയോ, അതോ സ്കോട്ട്ലന്റ് യാഡോ?

വിശ്വസിക്കാത്ത മട്ടിൽ നിവേദിത എന്തോ മുരളുമ്പോൾ അയ്യർക്ക് ദേഷ്യം വരുന്നു.

നിവേദിത പതുക്കെ ചുമച്ച് തൊണ്ട ശരിയാക്കി എന്തോ പറയാൻ നോക്കുന്നു.

അയ്യർ : (തടഞ്ഞു കൊണ്ട് ശബ്ദം ഉയർത്തി) ലുക്ക് മൈഡിയർ ഗേൾ! ആ ഫയലെല്ലാം അന്നേ ക്ലോസ് ചെയ്ത് കഴിഞ്ഞു. ഡോക്ടറും പൊലീസും കമ്പനീമൊക്കെ... ഇനി നീയായിട്ട് അതൊക്കെ കുത്തിപ്പൊക്കാൻ നോക്കണ്ട. ഇതാദ്യത്തെ കേസല്ല കമ്പനിക്ക്. ഇങ്ങനത്തെ കേസുകളിലൊക്കെ നമുക്ക് ചില പ്രൊസീഡിയറുണ്ട്. അതനുസരിച്ചൊക്കെ പേപ്പേർസ് നീക്കിയാൽ മതി.

നിവേദിത : ഇതിങ്ങനെ ആവർത്തിക്കണതോണ്ടാണ് സേർ... ഇനീമുണ്ടല്ലോ കുറെ വയസ്സായോര് ഇവിടെ. അവരുടെ കാര്യോം നോക്കണ്ടേ?

അയ്യർ : (ഉറച്ച സ്വരത്തിൽ ദേഷ്യത്തിൽ) തൽക്കാലം കമ്പനി പറയണത് മാത്രം കേട്ടാൽ മതി. ഭാരിച്ചതൊന്നും തലയിൽ കേറ്റി വയ്ക്കണ്ടാ.

കൈകൾ കൂട്ടിത്തിരുമ്മിക്കൊണ്ട് ഇഷ്ടപ്പെടാത്ത മട്ടിൽ ഫയലുകളുമെടുത്ത് നിവേദിത പുറത്തേക്കു പോകുന്നു. അവളുടെ പോക്കു കണ്ട് രസിച്ച് മേശപ്പുറത്ത് താളം പിടിച്ചുകൊണ്ട് അയ്യർ വീണ്ടും വേറൊരു രാഗം മൂളുന്നു.

ഇരുപത്തൊന്ന്

നിവേദിത അവളുടെ ഓഫീസ് മുറിയിൽ. പകൽ.

അവൾ എന്തൊക്കെയോ ആലോചിച്ചുകൊണ്ടിരിക്കുകയാണ്. ഇടയ്ക്ക് ഫയലിലെ ചില കടലാസുകൾ മറിച്ചു നോക്കുന്നു. കൂട്ടത്തിൽ ഒരു നോട്ട് പാഡിൽ എന്തൊക്കെയോ കുറിച്ചിടുന്നുണ്ട്. ലാപ്ടോപ്പിൽ എന്തൊക്കെയോ

തിരയുന്നു. ഇടയ്ക്ക് മൊബൈലിൽ ആരോടോ സംശയം ചോദിക്കു ന്നുമുണ്ട്.

നിവേദിത : യെസ് രവി. ഡീൽ ചെയ്യാൻ വിഷമംള്ള കൂട്ടരാവ്ടെ. ഇതില് കമ്പനീടെ താത്പര്യ മെന്താന്ന് ഒരു പിടീം കിട്ടണില്ല... ഒരു തരം മുട്ടാപ്പോക്കാ അവരുടെ സൈഡില്.

അപ്പുറത്തുള്ള രവി പറയുന്നത് ശ്രദ്ധയോടെ കേട്ടു കൊണ്ടിരിക്കുകയാണ് നിവേദിത. ഇടയ്ക്കൊക്കെ മൂളുകയും തലയാട്ടുകയും ചെയ്യുന്നുണ്ടെങ്കിലും പൊതുവെ യോജിക്കാനാവാതെ അസ്വസ്ഥയാകുകയാണ്.

നിവേദിത : നോക്കൂ, രവി, തിയറി പറയാൻ എളുപ്പമാ. പക്ഷേ, ഇത് കൊറെ പാവങ്ങൾടെ ജീവിതം വച്ചുള്ള കളിയാ. സത്യം പറഞ്ഞാ, രാത്രി കിടന്നിട്ട് ഉറക്കം വരണില്ല. എന്തെങ്കിലും കാര്യായിട്ട് ഇപ്പഴേ ചെയ്തില്ലെങ്കില് ഇനീം ഇതാവർത്തിക്കും... അത് തടയാനായി ല്ലെങ്കില് ഞാനൊക്കെ എന്തിനാ ഇവടെ വേഷോം കെട്ടി ഇരിക്കണത്?

രവി എന്തോ പറയുമ്പോൾ ക്ഷോഭത്തോടെ അവൾ പൊട്ടിത്തെറിക്കുന്നു.

നിവേദിത : നോ...നോ...നെവർ...ഇനിയിവിടെ ചോര വീഴാൻ സമ്മതിക്കില്ല ഞാൻ... ഞാനിവിടെ ഉള്ളേടത്തോളം കാലം.... (പോസ്) ഓക്കെ ലെറ്റ്മി സീ...താങ്ക്യൂ. ഞാൻ ഇനീം വിളിക്കാം.

ഇരുപത്തിരണ്ട്

രാത്രി. നിവേദിതയുടെ ഹോസ്റ്റൽ മുറി. അവൾ അസ്വസ്ഥയായി അങ്ങോട്ടുമിങ്ങോട്ടും നടക്കുകയാണ്. ഇടയ്ക്ക് മടുത്ത് ഒരു പുസ്ത കമെടുത്ത് മറിച്ചുനോക്കുന്നു. മടുക്കുമ്പോൾ ടി.വി. ഓൺ ചെയ്തു നോക്കുന്നു. ഏതോ പഴയ തമിഴ് സിനിമയിലെ കോമാളി രംഗം സഹി ക്കാനാവാതെ ടി.വി ഓഫ് ചെയ്ത് ജനാലയുടെ അടുത്ത് പോയി പുറത്തെ ഇരുട്ടിലേക്ക് തുറിച്ചുനോക്കി നിൽക്കുന്നു. മൊബൈൽ ഫോൺ കൈയി ലെടുത്ത് ആരെയോ വിളിക്കാൻ നോക്കുന്നു. എൻഗേജ്ഡ് ശബ്ദം. രണ്ടു തവണ കൂടി ശ്രമിച്ചിട്ട് കിട്ടാതെ വരുമ്പോൾ വേറൊരു നമ്പർ നോക്കുന്നു.

അതും കിട്ടാതെ വരുമ്പോൾ ദേഷ്യത്തോടെ ഫോൺ കിടക്കയിലേക്ക് എറിയുന്നു. വീണ്ടും ജനാലയുടെ അടുത്തേക്ക്....

പശ്ചാത്തലത്തിൽ അവളുടെ ഓർമ്മയിൽ മനോഹരമായ ഈണത്തിൽ ഒരു ബംഗാളി ഗാനം. അതോടൊപ്പം അവളും ചുണ്ടുകളനക്കുന്നു. രബീന്ദ്ര സംഗീതമോ ബംഗാളി നാടൻ പാട്ടോ ആവാം.

പാട്ട് കഴിയുമ്പോഴേക്കും പെട്ടെന്ന് രംഗം ഇരുട്ടിലാകുന്നു.

പുറത്ത്

വാച്ച്മാന്റെ ശബ്ദം : കറന്റ് പോയമ്മാ. ജനറേറ്റർ ഓണാക്കാം.

പുറത്ത് ജനറേറ്റർ പതിയെ ഓണാകുന്നതിന്റെ ഇരമ്പൽ....പതിയെ വെളിച്ചം വരുന്നതോടെ വിളക്കണച്ച് നിവേദിത കട്ടിലിൽ വന്ന് കിടക്കുന്നു.

ഇരുപത്തിമ്മൂന്ന്

സർക്കാർ ആശുപത്രിയിലെ വരാന്ത. പകൽ. ഒരു പഴയ കസേരയിൽ ഡോക്ടറെ കാത്തിരിക്കുകയാണ് നിവേദിത.

അല്പം കഴിഞ്ഞ് ഡോക്ടർ വരാന്തയിലൂടെ നടന്നുവന്ന് അവളെ ശ്രദ്ധിക്കാതെ മുറിയിലേക്ക് കയറിപ്പോകുന്നു. നിവേദിത പുറകെ കയറാൻ പോകുമ്പോൾ അറ്റൻഡർ തടയുന്നു. നിവേദിത കൊടുക്കുന്ന വിസിറ്റിങ്ങ് കാർഡുമായി അകത്തേക്കു പോയി തിരിച്ചു വന്നിട്ട് കാത്തിരിക്കാൻ ആംഗ്യം കാട്ടുന്നു. നിവേദിത വീണ്ടും ബഞ്ചിലേക്ക്. കുറെ നേരം അക്ഷമയോടെ കാത്തിരിക്കുകയാണ് അവൾ. ഇടയ്ക്ക് ഫോണിലെ മെസേജുകൾ നോക്കുന്നു. ആർക്കൊക്കെയോ മെസേജുകൾ അയയ്ക്കുന്നു. ഇടയ്ക്ക് മൂട്ടകൾ കടിക്കുന്നുണ്ടോ എന്ന സംശയത്തിൽ എഴുന്നേറ്റ് തെരഞ്ഞു നോക്കുന്നു. ഒന്നുമില്ലെന്ന് കണ്ട് വീണ്ടും കസേരയിലേക്ക്. എന്നിട്ടും വിളി വരാതാകുമ്പോൾ അറ്റൻഡറുടെ നേർക്ക് അസഹ്യതയോടെ നോക്കുകയാണ്.

അറ്റൻഡർ : എന്നാ പണ്ണറതമ്മാ. ഡോക്ടർ അയ്യാ റൊമ്പ ബിസി.

ഒടുവിൽ ക്ഷമ കെടുമ്പോൾ നിവേദിത ഡോക്ടറുടെ മുറിയുടെ ഹാഫ് ഡോറിന്റെ മുകളിലൂടെ എത്തിനോക്കുന്നു. അകത്ത് ആരുമില്ലെന്നു കാണുമ്പോൾ ധൈര്യപൂർവ്വം അകത്തേക്ക് കയറുന്നു.

ഡോക്ടർ : (തീരെ ഇഷ്ടപ്പെടാത്ത മട്ടിൽ) ഓക്കെ, വാങ്കൊ, വാങ്കൊ.... I forgot about you (മേശപ്പുറത്ത്

കിടക്കുന്ന അവളുടെ വിസിറ്റിങ്ങ് കാർഡിലേക്ക് അലക്ഷ്യമായി നോക്കിയിട്ട്) ഓക്കെ, നീങ്കെ അന്ത മീനാക്ഷി ഷുഗർ മിൽസിലെ പുതുശ് പേർസണൽ ഓഫീസർ നിവേദിത മേനോൻ. മലയാളി ലേഡി... (തമിഴ് ചുവയോടെ മലയാളം പറയാൻ നോക്കുന്നു.) പറയൂ. What can I do for you? Mere courtesy call or anything important?

നിവേദിത ഡോക്ടർ തയ്യാറാക്കിയ പോസ്റ്റ്മോർട്ടം റിപ്പോർട്ടിന്റെ കോപ്പി അദ്ദേഹത്തിന്റെ നേർക്ക് നീട്ടുന്നു.

ഡോക്ടർ : (കടലാസുകളിലൂടെ കണ്ണോടിച്ചുകൊണ്ട് തെല്ലൊരു അസ്വസ്ഥതയോടെ) Yes, ഇതെന്റെ റിപ്പോർട്ട്.... Tell me what do you want from me?

നിവേദിത : (എങ്ങനെ തുടങ്ങണമെന്നറിയാതെ പരുങ്ങുന്നു) ഞങ്ങടെ ഫാക്റ്ററീല് സീരീസായി നടന്ന കുറെ ഡെത്ത്സ്...അതിലെല്ലാം എന്തൊക്കെയോ അബ്നോർമാലിറ്റീസ് കാണുന്നു.

ഡോക്ടർ : എന്ത് അബ്നോർമാലിറ്റീസ്? ആര് പറഞ്ഞു, പൊലീസാ?

നിവേദിത : അങ്ങനെയൊന്നുമില്ല....

ഡോക്ടർ : (സംശയത്തോടെ) പിന്നെ നീങ്കളാ? നീങ്കള് മലയാളീസ് ഒന്നും എളുപ്പത്തിൽ വിശ്വസിക്കില്ലാല്ലേ? Always suspecious.

നിവേദിത ഒന്നും മിണ്ടാതെ ഡോക്ടറുടെ മുഖത്തേക്കുതന്നെ സൂക്ഷിച്ചു നോക്കിയിരിക്കുകയാണ്. അദ്ദേഹത്തിന്റെ മുഖത്ത് ചെറിയൊരു പരുങ്ങലുണ്ട്.

ഡോക്ടർ : Look here, young lady (കടലാസുകൾ മടക്കിക്കൊടുക്കുന്നു) അതെല്ലാം അന്നേക്ക് ക്ലോസ് ചെയ്തു ലോക്കൽ പോലീസ്.

നിവേദിത : എന്നാലും ഡോക്ടർ...

ഡോക്ടർ : (ദേഷ്യത്തോടെ) പിന്നെ എന്താ വേണ്ടത് നിങ്ങക്ക്? I have done my duty. That is all!

നിവേദിത : മുമ്പത്തെ പോസ്റ്റ്മോർട്ടങ്ങളും ഇതു പോലെ ഡോക്ടർ തന്നെ....?

ഡോക്ടർ : (ക്ഷുഭിതനായി എഴുന്നേറ്റുകൊണ്ട് ശബ്ദം ഉയർത്തി) നിങ്ങളെന്നെ ക്വസ്റ്റ്യൻ ചെയ്യാൻ വന്നതാ? What is your authority for it? Mind you, you are talking to a government doctor... These are official papers given by the hospital to the Police... How could you get it? ഒനക്ക് എപ്പടി കെടച്ചത്? Tell me!

നിവേദിത : (ഭവ്യതയിൽ) കമ്പനി ഫയലില്... I am sorry, doctor, please don't misunderstand me. അയാളുടെ പയ്യന് വേല കൊടുക്കണതിന് മുൻപ് ചില information...

ഡോക്ടർ : (അല്പം ശാന്തനായി) അതിനെല്ലാം നീങ്കെ പൊലീസില് താൻ അപ്രോച്ച് പണ്ണണം. ഇങ്കെ എനിക്ക് നെറയെ വേലയിരിക്ക്... നാനൊരു സീനിയർ ഡോക്ടർ. ഇന്ത മാതിരി ക്വസ്റ്റ്യൻസെല്ലാം എങ്കിട്ടെ കേക്കറതേ തപ്പ്, പെരിയ തപ്പ്.

കുടുതൽ ഒന്നും പറയാൻ നിൽക്കാതെ ഡോക്ടർ തിടുക്കത്തിൽ പുറത്തേക്ക് കടക്കുന്നു. നിവൃത്തിയില്ലാതെ പുറകെ നിവേദിതയും.

ഇരുപത്തിനാല്

നിവേദിത പോലീസ് സ്റ്റേഷനിൽ. പകൽ.

യൂണിഫോം ഊരിവച്ച് ബനിയൻ മാത്രം ധരിച്ച് വിശറി കൊണ്ട് വീശിക്കൊണ്ടിരിക്കുന്ന കോൺസ്റ്റബിൾ. ചെവിയിൽ ഒരു തീപ്പെട്ടിക്കൊള്ളി കയറ്റി ചൊറിഞ്ഞു പല്ലിളിക്കുന്നുമുണ്ട്. മേശപ്പുറത്ത് കാലുകൾ കയറ്റി വച്ച് മയങ്ങുന്ന രണ്ടു കോൺസ്റ്റബിൾമാർ. (കസേരയിലിരുന്നു ഞെളിപിരി

കൊള്ളുന്ന കോൺസ്റ്റബിൾ അല്പം ശബ്ദത്തിൽ ഒരു കീഴ്ശ്വാസം വിട്ട് ആശ്വാസമായതുപോലെ നെടുവീർപ്പിടുന്നു. അതിന്റെ നാറ്റമറിഞ്ഞിട്ടാവണം, മയങ്ങിക്കൊണ്ടിരുന്ന കോൺസ്റ്റബിൾ മൂക്ക് പൊത്തിക്കൊണ്ട് ചാടിയെണീക്കുന്നു. നിവേദിതയെ കണ്ട് ഹെഡ്കോൺസ്റ്റബിൾ ചാടിയെണീക്കുന്നു. തിടുക്കത്തിൽ ഷർട്ടിടാൻ നോക്കുന്നു. ആരെന്നു പോലും ചോദിക്കാൻ നിൽക്കാതെ അയാൾ ധൃതിയിൽ പറയുന്നു.

ഹെഡ് : എസ്.ഐ. അയ്യാ വെളിയൂര് പോയിട്ടാര്...

നിവേദിത : എന്നേക്ക് തിരുമ്പി വരുവാര്?

ഹെഡ് : (കൈ മലർത്തി) അതെല്ലാം യാരുക്ക് തെരിയും, ഊരുക്ക് താൻ പോയിരിക്കെ.

എന്തു ചെയ്യണമെന്നറിയാതെ തെല്ലുനേരം കുഴങ്ങിനിൽക്കുകയാണ് നിവേദിത. നാലുചുറ്റും നോക്കുമ്പോൾ അവളുടെ മുഖത്ത് അരിശം പതയുന്നുണ്ട്.

കോൺസ്റ്റബിൾ : (അവളുടെ നേർക്ക് സൂക്ഷിച്ചു നോക്കിയിട്ട്) ഇതെ പാരമ്മാ, നീങ്കള് വന്ത വിഷയം എനക്ക് തെരിയും... വിട്ടിടമ്മാ, അതെല്ലാം അന്നേക്കേ ക്ലോസായിട്ട്ത്. ഇങ്കെ പ്രമാദമായ എത്രയോ കേസിരിക്ക്. (ഉറക്കെ കോട്ടുവാ വിട്ടുകൊണ്ട്) ഇങ്ങനത്തെ ചിന്ന കേസെപ്പറ്റി വറി ശെയ്യാൻ ടൈമില്ല.

നിവേദിത : (ദേഷ്യത്തോടെ) ഇത് ചിന്ന കേസാ?

കോൺസ്റ്റബിൾ : (വീണ്ടും ഉപദേശരൂപത്തിൽ) വിട്ടിടമ്മാ...ഇതെപ്പറ്റി യാരുക്കും കംപ്ലെയിന്റ് ഇല്ല... അവങ്കളെല്ലാം കെട്ട പശങ്കള്, നീങ്കെ എതുക്ക് ഉയിരെ വാങ്കറെ... (മറ്റേയാളോട്) ഡേയ് മുരുകാ, എവളവ് നേരമാച്ച്? ഇന്ത അമ്മാവുക്ക് ഒരു ടീ വാങ്കിക്കൊടുക്ക മുടിയാതാ? നമ്മ ഷുഗർ കമ്പനിയിലെ പെരിയ മാനേജറമ്മ.

മുരുകൻ തലയാട്ടിക്കൊണ്ട് ചായ വാങ്ങാനായി എഴുന്നേൽക്കുമ്പോൾ വേണ്ടെന്ന് ആംഗ്യം കാട്ടി നിവേദിത തിടുക്കത്തിൽ പുറത്തേക്ക് കടക്കുന്നു. സ്കൂട്ടറിൽ കയറി പാഞ്ഞുപോകുന്നു.

ഇരുപത്തിയഞ്ച്

നിവേദിത വീണ്ടും തന്റെ ഓഫീസ് മുറിയിൽ. പകൽ.

അവൾ സുഹൃത്തായ രവിയോട് മൊബൈലിൽ സംസാരിക്കുകയാണ്. സഹപാഠിയും കാമുകനുമാണെന്ന് സൂചന.

നിവേദിത : ഒന്നും ശരിയാകണ മട്ടില്ല, രവീ. അവരാരും അടുക്കണ കോളില്ല. ഡോക്ടറും പൊലീസുകാരുമൊക്കെ ഒരേ ഭാഷ പറയണു. എല്ലാവരും ഒത്തുചേർന്നുള്ള കളി പോലെ. ഞാൻ ഹോസ്പിറ്റലിൽ ചെന്നപ്പോഴേക്കും അത് പൊലീസുകാർ അറിഞ്ഞുകഴിഞ്ഞിരിക്കുന്നു. അവിടെയാണെങ്കിൽ ആകെക്കൂടിയുള്ളത് ഒരു ഉറക്കംതൂങ്ങി കോൺസ്റ്റബിളും വേറെ ചില കോൺസ്റ്റബിൾസും മാത്രം. (Pause) ആർക്കെങ്കിലും കംപ്ലെയിന്റ് ഉണ്ടോന്നാണ് അയാളുടെ ചോദ്യം. ശരിയാ, അതിശയാണ്. ഇവിടെയാർക്കും പരാതിയില്ല. മരിച്ചയാളുടെ ഭാര്യയ്ക്ക്, മകന്, ബന്ധുക്കൾക്കും നാട്ടുകൂട്ടത്തിനും... അതുപോലെ പൊലീസിന്, കമ്പനിക്ക്... പിന്നെ ഈ പാവം നിവേദിതയ്ക്ക് ഇതിലെന്തു കാര്യം എന്നാണവർ ചോദിക്കണത്. (Pause) (നിരാശയോടെ) പിന്നെ ഇതിലൊക്കെ വെറുതെ തലയിടരുതെന്ന് സൂപ്രണ്ടിന്റെ കർശനമായ ഓർഡർ. സത്യത്തിൽ എനിക്കറിയില്ല എന്തൊക്ക്യാണ് ഇവിടെ നടക്കണതെന്ന്... ഇത്രേം വിലയില്ലാതായോ പാവപ്പെട്ട തൊഴിലാളീടെ ജീവന്?

പ്യൂൺ കടന്നുവന്ന് : അയ്യാ കൂപ്പിടറാര്... റൊമ്പ അർജ്ജന്റ്... കോപപ്പെട്ടിരിക്കറാര്.

നിവേദിത ഫോൺ ഓഫ് ചെയ്ത് തിടുക്കത്തിൽ പുറത്തേക്ക്.

ഇരുപത്താറ്

സൂപ്രണ്ടിന്റെ മുറി. പകൽ.

വലിയ അരിശത്തിലാണ് അയ്യർവാൾ. നിവേദിത കടന്നുവന്ന് അഭിവാദ്യം ചെയ്യുമ്പോൾ പ്രതികരിക്കുന്നില്ല; ഇരിക്കാനും പറയുന്നില്ല. കസേര കൈയിൽ പിടിച്ചുകൊണ്ട് പരുങ്ങലോടെ അവൾ അതേ നിൽപ്പ് നിൽക്കുന്നു.

നിവേദിത : സാർ വിളിച്ചിരുന്നോ എന്നെ?

അയ്യർ : (ഗൗരവം വിടാതെ അവളുടെ മുഖത്തേക്ക് തറപ്പിച്ചു നോക്കുന്നു.) നേര് പറയൂ. തനിക്കീ കമ്പനിയിൽ കണ്ടിന്യൂ ചെയ്യണംന്നുണ്ടോ, അതോ മുമ്പുണ്ടായിരുന്നവരെപ്പോലെ വഴക്കിട്ടു പോകാനാണോ ഭാവം?

നിവേദിത : (അമ്പരപ്പോടെ) എന്താ സേർ, എന്തു പറ്റി?

അയ്യർ : (ദേഷ്യത്തിൽ) തന്റെ ഇപ്പഴത്തെ പോക്ക് ശരിയല്ലാന്നന്നെ...

നിവേദിത : സേർ?

അയ്യർ : മരിച്ചുപോയ ആ മുത്തൂന്റെ മകന്റെ കേസ് ഒരാഴ്ചയ്ക്കുള്ളിൽ സെറ്റിൽ ചെയ്യണംന്ന് പറഞ്ഞിട്ട് എന്തായി? ആ പളണി... അവൻ കേറിയിറങ്ങി നടക്കാൻ തുടങ്ങീട്ട് നാള് കൊറെയായി. കംപ്ലെയിന്റ് മൊതലാളീടെ അടുത്തു വരെയെത്തിയിരിക്കണു.

നിവേദിത : അതെപ്പറ്റി ഞാൻ അന്നേ സാറിനോട് പറഞ്ഞിരുന്നു... കുറച്ചുകൂടി details...

അയ്യർ : (ദേഷ്യത്തിൽ) എന്തുന്ന് details? നാൺസെൻസ്! ഈ പണിക്ക് വരണതിനു മുൻപ് വല്ല ഐ.പി.എസ്സോ മറ്റോ എഴുതി നോക്കായിരുന്നില്ലേ? എന്നാൽ എസ്.പി. ആയി വരായിരുന്നല്ലോ... ആട്ടെ, ഒന്നു ചോദിച്ചോട്ടെ, പേർസണൽ ഓഫീസറായി വന്നിട്ട് കമ്പനീടെ പേര് വെടക്കാക്കാനാണോ തന്റെ ഭാവം?

നിവേദിത : (വിശദീകരിക്കാൻ ബദ്ധപ്പെടുന്നു) സേർ, ഞാൻ...ഞാൻ...

അയ്യർ : (തറപ്പിച്ച്) എനിക്കൊന്നും കേക്കണ്ടാ. മീഡിയയാണെങ്കില് കൊറെ നാളായി മണം പിടിച്ചു നടക്കാൻ തുടങ്ങീട്ട്. കോലും പിടിച്ച് നടക്കണ ആ കൊച്ചു പെൺകുട്ട്യോള്ടെ ക്രോസ് വിസ്താരങ്ങള് കേട്ടാ കരണക്കുറ്റിക്ക് ഒന്നു കൊടുക്കാനാ തോന്ന്വാ. ഒന്നും കിട്ടാത്തതിന്റെ ദേഷ്യാ കൊറെ നാളായിട്ട്. ഇനി അകത്തുനിന്ന് വല്ലതും ചോർത്തിക്കിട്ട്യാൽ മതി... പേടിയാ പത്രക്കാരെ. ആരുടെയൊക്കെ കൈയിലാ സീക്രട്ട് ക്യാമറയുള്ളതെന്ന് എങ്ങന്യാ അറിയ്വാ?

ഒന്നും മിണ്ടാനാകാതെ തരിച്ചുനിൽക്കുകയാണ് നിവേദിത.

അയ്യർ : (കടുത്ത സ്വരത്തിൽ) നോക്ക്, enough is enough! ഇവിടെ continue ചെയ്യണമെങ്കിൽ ആ കടലാസ് ഉടനെ dispose ചെയ്യണം. പറ്റില്ലെങ്കിൽ ഒരു കാൽപ്പായ കടലാസ് എഴുതിവച്ച് സ്ഥലം വിടാൻ നോക്കിക്കൊള്ളൂ... അതാണ് നല്ലത്, നിങ്ങൾക്കും കമ്പനിക്കും...

തെല്ലുനേരം പകച്ചുനിന്നിട്ട് നിവേദിത തലതാഴ്ത്തി പുറത്തേക്ക് കടക്കുന്നു.

ഇരുപത്തേഴ്

മുൻ രംഗത്തിന്റെ തുടർച്ച. മുറിയിൽനിന്ന് ഇറങ്ങിവരുമ്പോൾ നിവേദിത എതിരെ വരുന്ന കെ.സിയെ കാണുന്നു. അവളുടെ മുഖഭാവം കണ്ട് അയാൾ ചോദ്യഭാവത്തിൽ നോക്കുന്നു.

കെ.സി. : എന്തു പറ്റി, മാഡം? അയ്യർവാൾ താണ്ഡവമാടിയോ? കമ്പനിയിൽ പ്രസിദ്ധമാണ് മൂപ്പരുടെ താണ്ഡവനൃത്തം...

ഒന്നും മിണ്ടാതെ നിവേദിത അകത്തേക്ക് കടക്കുമ്പോൾ കെ.സിയും ഒപ്പം കയറുന്നു. നിവേദിത ഇരുന്നിട്ട് എതിരെ കസേരയിലിരിക്കാൻ അയാളോട് ആംഗ്യം കാട്ടുന്നു. ചോദ്യഭാവത്തിൽ നോക്കുമ്പോൾ

കെ.സി. : നോക്കൂ, മാഡം! കണ്ണീച്ചോരയില്ലാത്തവരാണ് ഇവിടത്തെ ചെട്ട്യാന്മാര്. അവർക്ക് താളം പിടിക്കാൻ പറ്റിയ കൊറെ ഉദ്യോഗസ്ഥന്മാരും. മാഡത്തിനറിയ്യോ, ഈ ഫാക്റ്ററി വരണതിന് വലിയ എതിർപ്പായിരുന്നു നാട്ടില്. ഇവടത്തെ കരിമ്പുവയലെല്ലാം വെട്ടിനിരത്തി ഒരു പഞ്ചസാര മില്ല്... വലിയൊരു സമരംതന്നെ നടന്നു. അപ്പോൾ മണ്ണിന്റെ മക്കൾക്ക് കമ്പനിയിൽ ജോലി കൊടുക്കാംന്ന് പറഞ്ഞ് ചില നേതാക്കന്മാരെ കൈയിലെടുത്തു. ഒടുവിൽ ജോലി കിട്ടിയതോ അവരുടെ കുടുംബക്കാർക്കും രാഷ്ട്രീയക്കാരുടെ ശിങ്കിടികൾക്കും മാത്രം... ചെറുപ്പക്കാരുടെ കൂട്ടം ഒരു ശെൽവന്റെ ലീഡർഷിപ്പിൽ എതിർത്തപ്പോൾ അവനെ നക്സലൈറ്റാക്കി പൊലീസിനെക്കൊണ്ട് പിടിപ്പിച്ചു തല്ലിച്ചതച്ചു. ഒടുവിൽ നാട്ടുകാർ ഇടപെട്ടാണ് പുറത്തിറക്കിയത്. അതിന്റെ വാശിയുണ്ടവന് ഇപ്പോഴും... പക്ഷേ, എന്തു ചെയ്യാൻ? എല്ലാം ഒരു കൈയാണ് മാഡം!

നിവേദിത : കേട്ടിട്ടുണ്ട് കുറെയൊക്കെ.

കെ.സി : പിന്നെ ഇപ്പഴത്തെ ഈ കേസ്! അത് നിങ്ങളൊക്കെ കരുതണ പോലെ എളുപ്പായ കാര്യമല്ല... ആദ്യത്തെ സംഭവം നടന്നപ്പോൾതന്നെ യൂണിയൻ അതെപ്പറ്റി വിശദമായ ചർച്ച നടത്തിയിരുന്നു.

നിവേദിത : (ക്ഷോഭത്തോടെ) എന്തുന്ന് ചർച്ച? എനിക്ക് മനസ്സിലാവണില്ല... ഒരു ട്രേഡ് യൂണിയൻ കൂടി ഇങ്ങനെയൊരു നിലപാടെടുത്താൽ... മാനവികതയെപ്പറ്റി വലിയ വലിയ സെമിനാറുകൾ നടത്തുന്നവരല്ലേ നിങ്ങൾ?

കെ.സി : മാഡത്തിനറിയ്യോ, ഈ സംഭവങ്ങളെപ്പറ്റി ഇതുവരെ ഒരു കൊച്ചു പരാതി പോലും കിട്ടിയിട്ടില്ല യൂണിയനോഫീസില്. തൊട്ട തിനും പിടിച്ചതിനുമൊക്കെ പരാതിയു മായി കയറിയിറങ്ങുന്നവർകൂടി ഇതില് മാത്രമെങ്ങനെ മിണ്ടാതായി? (നാലുചുറ്റും നോക്കി താഴ്ന്ന സ്വരത്തിൽ) അറവുമാടു കളെപ്പോലെയാണ് നാട്ടിലും വീട്ടിലും പ്രയോജനമില്ലാത്ത വയസ്സന്മാര്. അവരെ ഇല്ലാതാക്കാൻ ചെല ചടങ്ങുകളുണ്ടായി രുന്നത്രെ വളരെ പണ്ട്. കൊല്ലലല്ല, സമാധി യാക്കല്... ഇപ്പൊ അങ്ങനൊന്നും ഇല്ലാന്നാ പറയണേ... എന്നാലും അതെപ്പറ്റിയുള്ള പേടിയുണ്ട് ചില വയസ്സായവരുടെ മന സ്സിൽ. പിന്നെ ഇപ്പഴത്തെ ഈ മരണങ്ങള്...

നിവേദിത : (ദേഷ്യത്തിൽ ഇടയിൽക്കയറി) എന്തുന്ന് സമാധി? അങ്ങനൊരു അധികാരം ആര് കൊടുത്തു അവർക്ക്? അങ്ങനൊരു വകു പ്പുണ്ടോ ഇന്ത്യൻ പീനൽ കോഡില്?

കെ.സി. : ആരോട് പറയാനാ? പീനൽകോഡിന്റെ പിടി വീഴാത്ത എന്തൊക്കെ കുറ്റങ്ങളാ നമ്മുടെ നാട്ടിൽ...? ആർക്കാ പരാതീന്നാ യിരിക്കും മാഡത്തോടും പൊലീസാര് ചോദിച്ചിരിക്ക്യാ. ശര്യാണ്, ആർക്കുമിവിടെ പരാതിയില്ല. മീഡിയ പോലും സൈലന്റാണ്. ഇത്തരം മരണങ്ങൾക്കു നേരെ സമൂഹം കൂടി കണ്ണടയ്ക്കുമെങ്കിൽ... എല്ലാവരും അറിഞ്ഞുകൊണ്ടല്ലേ ഇതൊക്കെ നടക്ക ണത്?

നിവേദിത : നോൺസെൻസ്... ചോദിക്കാൻ ആങ്കുട്ടി കളില്ലാഞ്ഞിട്ടാണ്. എന്തായാലും നിങ്ങ ളൊക്കെ ഇങ്ങനെ പറയണത് കേൾക്കു മ്പഴാണ്...

കെ.സി. : (മുന്നോട്ടാഞ്ഞിരുന്ന്) ഒരു മലയാളിയായ തോണ്ടും ഒരു വലിയ യൂണിയൻ നേതാവിന്റെ മകളായതോണ്ടും പറയ്വാണ് (രഹസ്യമെന്ന പോലെ) കണ്ണിൽച്ചോരയില്ലാത്ത കൂട്ടരാ... വഴക്ക് പിടിക്കാൻ ഇതിലും നല്ല അവസരം ഇനീം വരും. അപ്പോൾ ഒരു കാൽപ്പായ കടലാസ് എഴുതിക്കൊടുത്ത് മാന്യമായി ഇറങ്ങിപ്പോരാം. (എഴുന്നേറ്റിട്ട്) പിന്നൊരു കാര്യം കൂടി. ഈ സ്ഥലം അല്പം പെശകാ. തൊട്ടു മുമ്പത്തെ ആൾ ശരിക്കും പേടിച്ചോടുകയായിരുന്നു. സ്കൂളിൽ പോണ രണ്ടു പെൺകുട്ടികളുടെ മുഖത്ത് ആസിഡ് ഒഴിക്കുംന്നായിരുന്നു ഭീഷണി. അവനെ ഞങ്ങൾ യൂണിയനിൽ നിന്ന് പുറത്താക്കിയപ്പോൾ അയാൾ പോയി എതിർയൂണിയനിൽ ചേർന്നു... മാനേജ്മെന്റ് തന്നെ തട്ടിക്കൂട്ടിയ യൂണിയൻ.

കൂടുതലൊന്നും പറയാൻ നിൽക്കാതെ പുറത്തേക്ക് പോകാൻ തുടങ്ങുന്ന കെ.സി. തിരിച്ചുവന്ന് ഒരു രഹസ്യം പോലെ സ്വരം താഴ്ത്തി പറയുന്നു.

കെ.സി. : ആ, ഒന്നുകൂടി. ഗസ്റ്റ്ഹൗസിൽ വച്ച് ആരേം കാണാൻ സമ്മതിക്കരുത്, പ്രത്യേകിച്ചും രാത്രീല്. ആരെങ്കിലും പരാതികളുമായി വന്നാൽ അതൊക്കെ ഓഫീസില് മാത്രം എന്ന് വാച്ച്മാനോടും ചട്ടം കെട്ടിയേക്കണം.

നിവേദിത തലയാട്ടുമ്പോൾ കെ.സി. തിടുക്കത്തിൽ ഇറങ്ങിപ്പോകുന്നു.

ഇരുപത്തെട്ട്

രാത്രി. ഒരു ഇടവഴി. മുനുസ്വാമി നടന്നുവരുന്നു. പുറകിൽ എന്തോ ശബ്ദം കേട്ടതു പോലെ മുനുസ്വാമി തിരിഞ്ഞു നോക്കുന്നു. മുൻ രംഗങ്ങളിലേതു പോലെ കരിയിലകൾ അനങ്ങുന്ന ശബ്ദം. പേടിപ്പെടുത്തുന്ന കുറെ രാവൊച്ചകളും. അതോടെ നടപ്പിന്റെ വേഗം കൂട്ടുന്നു. കേടായ സൈക്കിൾ

ഉന്തിയാണ് നടക്കുന്നത്. പിന്നെ പതുക്കെ ഓടാൻ തുടങ്ങുന്നു. സൈക്കിളും ഉന്തുന്നതു കൊണ്ട് അണയ്ക്കുന്നുമുണ്ട്. പുറകിൽ ആരുമില്ലെന്ന സൂചന. എങ്കിലും എപ്പോഴും ആരെങ്കിലും തന്റെ പുറകിലുണ്ടെന്ന ഭീതിയിലാണ് അയാൾ.

ഇരുപത്തൊമ്പത്

നിവേദിതയുടെ ഹോസ്റ്റൽ. രാത്രി വളരെ വൈകിയിരിക്കുന്നു. അകത്തൊന്നും വെളിച്ചമില്ല. മുൻവശത്തെ വരാന്തയിലെ കസേരയിൽ ഒരു വാച്ച്മാൻ ഇരുന്ന് മയങ്ങുന്നു. ഇടയ്ക്കൊക്കെ കൂർക്കം വലിക്കുന്നുമുണ്ട്. വരാന്തയിൽ മങ്ങിയ വെളിച്ചമേയുള്ളൂ. പെട്ടെന്ന് ആരോ ഗെയിറ്റിൽ തട്ടുന്ന ശബ്ദം. ഗെയിറ്റ് അകത്തുനിന്ന് പൂട്ടിയിരിക്കുകയാണ്. ദൂരെ ഇരുട്ടിൽ പട്ടികൾ കുരയ്ക്കുന്ന ശബ്ദം. കുറുക്കന്മാരുടെ ഓരിയിടൽ...

വാച്ച്മാൻ ടോർച്ചുമായി ഗെയിറ്റ് വരെ പോകുന്നു.

വാച്ച്മാൻ : യാരടാത്. എന്ന വേണം ഒനക്ക്?

ഗെയിറ്റിൽ നിൽക്കുന്ന പളണിയുടെ നിഴൽ കാണാം. അകത്തേക്ക് കടത്തിവിടുന്നതിനെപ്പറ്റി അയാൾ വാച്ച്മാനോട് തർക്കിക്കുകയാണ്. നീ പോടാ, പോടാ എന്നൊക്കെ പറഞ്ഞ് വാച്ച്മാൻ ആട്ടിയോടിക്കാൻ നോക്കുന്നുണ്ടെങ്കിലും അയാൾ കൂട്ടാക്കുന്നില്ല. അല്പം കഴിഞ്ഞ് പളണി ഗെയിറ്റിൽ നിന്ന് ഇരുട്ടിന്റെ മറവിലേക്ക് നീങ്ങുമ്പോൾ വാച്ച്മാൻ വീണ്ടും വരാന്തയിലെ കസേരയിലേക്ക് മടങ്ങുന്നു. പതുക്കെ കൂർക്കം വലിക്കാൻ തുടങ്ങുന്നു.

പളണി ശബ്ദമുണ്ടാക്കാതെ ഗെയിറ്റിൽ പിടിച്ചുകയറി അകത്തേക്ക് ചാടുമ്പോൾ ശബ്ദം കേട്ട് വാച്ച്മാൻ ചാടിയെണീക്കുന്നു. ടോർച്ച് തപ്പിയെടുത്ത് ഇരുട്ടിലേക്കടിക്കുന്നു.

വാച്ച്മാൻ : (മുറ്റത്തേക്ക് ചാടിയിറങ്ങുന്നു) യാരടാത്? ഇന്നും നീ പോറതില്ലയാ...?

പളണി : അമ്മാവെ പാക്കണം എനക്ക്...

വാച്ച്മാൻ : ഇങ്കെ പാക്ക മുടിയാത്... കാലെയിൽ ഓഫീസുക്ക് പോങ്കൊ....

തർക്കം മൂത്ത് ഉരുട്ടിപ്പിടുത്തമാകുന്നു. പുറത്തെ ശബ്ദം കേട്ട് അകത്ത് വെളിച്ചം തെളിയുന്നു. വാതിൽക്കൽ നിവേദിത...

നിവേദിത : ആരാത്?

വാച്ച്മാൻ : ഏതോ ഒരു മുട്ടാൾപ്പയൽ... അമ്മാവെ പാക്ക വന്തെ...

നന്നായി കുടിച്ചിട്ടുണ്ട് പളണി.

നിവേദിത : (പളണിയെ തിരിച്ചറിഞ്ഞ് വെറുപ്പോടെ) പോക ചൊല്ല്. ഓഫീസ് വേലയെല്ലാം ഓഫീസില്...

വാച്ച്മാൻ : (നിവേദിതയോട്) മാഡം പോയി ഒറങ്ങിക്കോളൂ. ഈ മാതിരി മുട്ടാൾപ്പയലെയെല്ലാം നാൻ നോക്കിക്കൊള്ളാം.

നിവേദിത മുറിയിലേക്ക് നടക്കുന്നു.

മുപ്പത്

മുനുസ്വാമിയുടെ വീട്. രാത്രി.

ഇരുട്ടിൽ സൈക്കിൾ ബെല്ലിന്റെ ശബ്ദം. പളണിയുടെ സൈക്കിളിന്റെ പുറകിലിരുന്ന് രാജ വരുന്നു. രണ്ടുപേർക്കും കാണാവുന്ന പരുക്കുണ്ട്. പളണിയുടെ കൈയ്ക്കാണെങ്കിൽ രാജയുടെ തലയ്ക്ക് ചുറ്റും വലിയൊരു കെട്ടുണ്ട്. അതിൽ ചോരയുടെ വട്ടത്തിലുള്ള പാട്. വടി കൊണ്ട് അടി കിട്ടിയതിന്റെ പരുക്കാണത്.

പളണി താങ്ങിപ്പിടിച്ചു കൊണ്ടുവരുന്ന രാജയെ മുനുസ്വാമിയും ചെമ്പകവും പിടിച്ച് അകത്തേക്ക് കൊണ്ടുപോകുന്നു. ചെമ്പകം ആകെ പരിഭ്രമിച്ച് തലയിലും നെഞ്ചത്തുമൊക്കെ അടിച്ചുകൊണ്ട് അലമുറയിടുന്നുണ്ട്. തനിക്കൊന്നും പറ്റിയിട്ടില്ലെന്ന് രാജ ആംഗ്യം കാട്ടുന്നുണ്ടെങ്കിലും അതൊന്നും കേൾക്കാൻ തയ്യാറല്ല അവർ.

തന്റെ മകനെ എന്തിനിങ്ങനെ ചീത്തയാക്കുന്നുവെന്നു മുനുസ്വാമി തട്ടിക്കയറുമ്പോൾ കേൾക്കാത്ത മട്ടിൽ പളണി സൈക്കിളിൽ കയറിപ്പോകുകയാണയാൾ. ഉറക്കെ ചീത്ത വിളിച്ചുകൊണ്ട് കാവേരി പളണിയുടെ പുറകെ ചെല്ലുമ്പോൾ അയാൾ സൈക്കിൾ ആഞ്ഞുചവിട്ടി ഇരുട്ടിലേക്ക് മറയുന്നു.

രാജയെ കട്ടിലിൽ കൊണ്ടുപോയി കിടത്തുമ്പോഴും ചെമ്പകം കരച്ചിൽ തുടരുന്നുണ്ടെങ്കിലും മുനുസ്വാമിയുടെയും കാവേരിയുടെയും മുഖങ്ങളിൽ അതിശയമില്ല.

കാവേരി : ഊശി പോട്ടീങ്കളാ?

ചെമ്പകവും രാജായും മിണ്ടാതാകുമ്പോൾ എന്തു ചെയ്യാമെന്ന മട്ടിൽ കാവേരി മുനുസ്വാമിയുടെ നേരെ നോക്കി നിസ്സഹായതയോടെ കൈ മലർത്തുന്നു. ഒടുവിൽ കാവേരി കരഞ്ഞുകൊണ്ട് അപ്പായുടെ മാറിൽ തല ചായ്ക്കുമ്പോൾ അവരെ നോക്കി ദേഷ്യത്തോടെ എന്തൊക്കെയോ പിറു പിറുക്കുകയാണ് ചെമ്പകം.

മുപ്പത്തൊന്ന്

കഴിഞ്ഞ രംഗത്തിന്റെ തുടർച്ച. തൊട്ടടുത്തിരുന്ന് മകന് ആഹാരം വിളമ്പി ക്കൊടുക്കുകയാണ് അമ്മ. കാവേരിയും അടുത്തുണ്ട്. കാവേരി എന്തൊ ക്കെയോ ചോദിക്കുന്നുണ്ടെങ്കിലും അയാളൊന്നും പറയുന്നില്ല. തലയ്ക്ക് വേദനയുണ്ടെന്ന് സൂചന.

കാവേരി : ഊശി പോട്ടീങ്കളാ.

അയാൾ ഇല്ലെന്ന് തലയാട്ടുന്നു.

കാവേരി : അല്ലാട്ടാൽ സെപ്റ്റിക് ആയിടുമേ!

രാജാ : നീ പോടീ...

(എന്തു പറ്റിയാലും കുത്തിവയ്പ് നിർബന്ധമാണെന്നാണ് നാട്ടിൻ പുറത്തുകാരുടെ വിശ്വാസം.)

കാവേരി : (അമ്മയോട് പരാതിപ്പെടുകയാണ്) ഇതെ പാരമ്മാ, ഊശി പോടലെ ഇന്നും....

മറുപടി പറയാതെ മകന്റെ പുറം തലോടിക്കൊണ്ട് ആഹാരം കൊടുക്കു കയാണ് അമ്മ.

മുപ്പത്തിരണ്ട്

(മുനുസ്വാമി കാണുന്ന പേടിസ്വപ്നം. തലൈക്കുത്തൽ രംഗം. വേണ്ടത്ര വ്യക്തതയില്ലാതെ blurred ആയിട്ടാകാം ഈ രംഗം.)

ഏതോ വീടിന്റെ വരാന്ത. സന്ധ്യ. തലൈക്കുത്തലിന് വിധേയനാക്കപ്പെടുന്ന മുനുസ്വാമി. ആരാച്ചാരെപ്പോലെ രണ്ടു മൂന്ന് കറുത്ത വേഷമണിഞ്ഞവർ (കറുത്ത കുപ്പായം, കറുത്ത കാലുറ, കറുത്ത തൊപ്പി. അതെല്ലാം ഈ സ്വപ്നരംഗത്തിൽ മാത്രം.) ഒരു തോർത്ത് മാത്രം ഉടുത്ത മുനുസ്വാമിയെ കൊണ്ടുവന്നു പായയിൽ മലർത്തിക്കിടത്തുന്നു. നെറ്റി നിറയെ ഭസ്മം പ

ൂശിയിട്ടുണ്ട്. ആകെ അവശനാണ് മുനുസ്വാമി. എന്താണ് സംഭവിക്കുന്നതെന്നറിയാതെ നാലു ചുറ്റും പകച്ചു നോക്കുമ്പോൾ ഒരാൾ എണ്ണക്കുപ്പിയിൽ നിന്ന് അയാളുടെ മേലാകെ എണ്ണ വീഴ്ത്തുന്നു. പിന്നെ അത് കുളിർക്കെ തേച്ചുപിടിപ്പിക്കുന്നു. അതിന് നേതൃത്വം കൊടുക്കുന്നത് പളണിയാണ്. രാജായും ചെമ്പകവും നോക്കിനിൽക്കുന്നു. പിന്നീട് ഒരു കട്ടിക്കരിമ്പടം വെള്ളത്തിൽ കുതിർത്തി അതുകൊണ്ട് ശരീരമാകെ മുറുക്കി പൊതിയുന്നു. ടംബ്ളർ നിറയെ കരിക്കിൻവെള്ളം കുടിക്കാൻ കൊടുക്കുന്നു. ഒന്നു തീരുമ്പോൾ മറ്റൊന്ന്. മതിയെന്ന് മുനുസ്വാമി ആംഗ്യം കാട്ടുമ്പോൾ കേട്ട ഭാവം നടിക്കാതെ വായിൽ ഒഴിച്ചുകൊണ്ടേയിരിക്കുന്നു. കൈയും കാലുമടിച്ച് പിടയുന്നുണ്ട് മുനുസ്വാമി. അല്പം കഴിഞ്ഞ് ആ പിടച്ചിൽ ഇല്ലാതാകുന്നു. പിളർന്ന വായിലേക്ക് അപ്പോഴും വെള്ളം വീഴ്ത്തുന്നുണ്ട് അവർ.

കരഞ്ഞുകൊണ്ട് ആ ചടങ്ങ് തടയാൻ നോക്കുന്ന കാവേരിയെ ആരോ ബലമായി പിടിച്ച് പുറകോട്ട് കൊണ്ടുപോകുന്നു.

രംഗം പതുക്കെ ഇരുണ്ടുവരുന്നു. കുറുക്കന്മാർ ഓരിയിടാൻ തുടങ്ങുന്നു. ദൂരെ ഇരുട്ടിന്റെ ആഴങ്ങളിൽ നായ്ക്കളുടെ കുര... കാലൻകോഴികളുടെ കൂവൽ...

രംഗം ഇരുട്ടിൽ മുങ്ങുമ്പോൾ കറുത്ത വേഷക്കാരെ കാണാനില്ല. ആ വരാന്തയിൽ തനിച്ചു കിടക്കുന്ന മുനുസ്വാമിയുടെ ശരീരം.

മുപ്പത്തിരണ്ട് എ

ഒരു മഞ്ചലിൽ കിടത്തി രാജയും, പളണിയും കൂട്ടരും കൂടി മുനുസ്വാമിയുടെ ജീവനറ്റ ശരീരം മരണാനന്തര ക്രിയകൾക്കായി കൊണ്ടുപോകുകയാണ്. ഇരുവശത്തുമായി, ബന്ധുക്കൾ, നാട്ടുകാർ. കൂട്ടത്തിൽ കരഞ്ഞു പിഴിഞ്ഞു കാവേരി, സങ്കടം അഭിനയിച്ചുകൊണ്ട് ചെമ്പകവും.

ചടങ്ങുകൾ തുടർന്നുകൊണ്ടിരിക്കെ വലിയൊരു നിലവിളിയോടെ അയാൾ ഞെട്ടിയുണരുന്നു. കട്ടിലിൽനിന്ന് പിടഞ്ഞ് താഴെ വീഴുന്നു.

ശബ്ദം കേട്ട് കാവേരി ഓടിവരുന്നു.

മുപ്പത്തിമ്മൂന്ന്

നിവേദിതയുടെ ഹോസ്റ്റൽ മുറി. രാത്രി.

നിവേദിത ലാപ്ടോപ്പിലൂടെ രവിയുമായി സ്കൈപ്പിൽ സംസാരിക്കുകയാണ്. രവിയുടെ മുഖം നാം കാണുന്നില്ല. ശബ്ദം കേൾക്കാം.

നിവേദിത : (നിരാശയോടെ) രവി പറഞ്ഞതു പോലെ ഒടുവിൽ വിട്ടുകൊടുക്കേണ്ടി വന്നു. ജോലി രക്ഷിക്കാൻ വേണ്ടിയല്ല, ചെയ്തു തുടങ്ങിയ ചിലതൊക്കെ മുഴുവനാക്കാൻ കുറച്ചു നാളുകൾകൂടി ഇവിടെ നിൽക്കണംന്ന് തോന്നി. ഇതങ്ങനെ വിട്ടുകൊടുത്താൽ പറ്റില്ലല്ലോ.

രവി : അച്ഛന്റെ ചോര, അല്ലേ?

നിവേദിത : ശര്യാണ്, ആ ചോരേടെ ഗുണം എളുപ്പം പോവില്ലല്ലോ, രവീ. അതെ, അച്ഛനെ കണ്ടല്ലേ ഞാൻ വളർന്നത്. ഒരു സ്ഥാനത്തിനും വേണ്ട്യായിരുന്നില്ല അച്ഛൻ ഫൈറ്റ് ചെയ്തത്. കൽക്കത്തയിലെ പൂട്ടിയ മില്ലുകൾ തുറക്കാൻ വേണ്ടീള്ള നിലയ്ക്കാത്ത സമരങ്ങൾ. ജീവിക്കാൻ വേണ്ടി ചില പെൺകുട്ടികള് വഴിതെറ്റണത് കണ്ടപ്പോഴാ അച്ഛൻ തളരണത് കണ്ടത്... മറ്റുള്ളവർക്ക് വേണ്ടീള്ള ജീവിതം. കാലത്തേ തിരക്കിട്ട് ഇറങ്ങിപ്പോണത് കാണാം, തിരിച്ചു വരണത് രാത്രി വളരെ വൈകി... എപ്പോഴും രണ്ടോ മൂന്നോ ആളുണ്ടാവും കൂടെ. വിയർപ്പിന്റെ നാറ്റവുമായി നേരെ ചെന്നിരിക്കണത് ഡൈനിങ്ങ് ടേബിളിലേക്കാണ്. അത്രയും പേർക്കുള്ള ആഹാരമുണ്ടോ, ഞങ്ങളൊക്കെ എന്തെങ്കിലും കഴിച്ചോ എന്നൊന്നും തിരക്കാറേയില്ല... അങ്ങനെ എത്ര രാത്രികളിൽ പട്ടിണി കിടന്നിട്ടുണ്ട് ഞാനും അമ്മയും. (pause) രവിക്കറിയ്യോ (തൊണ്ടയടയുന്നു) ഒടുവിൽ...ഒടുവില് ഞങ്ങടെ മുറ്റത്തു വച്ചാണ് മുതലാളീടെ ഗുണ്ടകള് അച്ഛനെ തല്ലിച്ചതച്ചത്... ഒടുവിൽ ആരൊക്കെയോ സംഭാവന ചെയ്ത കൃത്രിമക്കാലും വാക്കിങ്ങ്സ്റ്റിക്കുമായാണ് നാട്ടിലേക്ക് മടങ്ങണത്....ശരിയാ രവീ, അച്ഛൻ തന്നെയാ എന്റെ റോൾ മോഡൽ.

രവി : ലുക്ക് അമ്മൂ... ഇതിങ്ങനെയേ അവസാനിക്കൂ എന്നെനിക്കറിയായിരുന്നു. ഐ.ഐ.എമ്മില് നമ്മള് പഠിച്ച വലിയ തിയറികളൊന്നും എല്ലായിടത്തും ഏറ്റെന്നു വരില്ല.

നിവേദിത : അറിയാം. പോരുമ്പോൾ അച്ഛനും പറഞ്ഞിരുന്നു അതൊക്കെ. പിന്നെ ഇവിടത്തെ കെ.സി. എന്ന നേതാവും. പക്ഷേ, ഞാൻ തിയറികളുടെ പുറകെ പോണ ആളല്ല രവീ. എന്തായാലും, ഇതിന്റെ അവസാനം കാണാതെ ഇവിടന്ന് പോണ പ്രശ്നമില്ല... ശരി ബൈ.

ഇഷ്ടപ്പെടാത്ത മട്ടിൽ അവൾ ലാപ്ടോപ്പ് അടച്ചുവയ്ക്കുന്നു.

മുപ്പത്തിനാല്

പകൽ. നിവേദിതയും ശെൽവനും.

കാടും പടലും പിടിച്ച ഫാക്റ്ററി കോമ്പൗണ്ടിലൂടെ നടക്കുകയാണ് അവർ. ആറു പേരുടെ മരണത്തിനു കാരണമായ കിണറിനടുത്തേക്കാണ് അവർ പോകുന്നത്. കാട്ടുചെടികൾ വകഞ്ഞുമാറ്റി വഴികാട്ടി മുൻപിൽ നടക്കുമ്പോൾ ശെൽവൻ വലിയ ആവേശത്തോടെ കൈയും കലാശവുമായി എന്തൊക്കെയോ പറയുന്നുണ്ട്. അതൊക്കെ ശ്രദ്ധയോടെ കേൾക്കുന്നുണ്ടെങ്കിലും പ്രതികരിക്കാതെ ഒപ്പം നടക്കുകയാണ് നിവേദിത.

കിണറിനടുത്തെത്തുമ്പോൾ അവർ നിൽക്കുന്നു. ആഴമുള്ള കുണ്ടൻ കിണറിന്റെ അടിയിലെ ദൃശ്യങ്ങൾ. കൗതുകത്തോടെ, ഭയപ്പാടോടെ നിവേദിത അതിനകത്തേക്ക് നോക്കുന്നു.

ശെൽവൻ : (മലയാളത്തിൽ പറയാനുള്ള ശ്രമമാണ്) എന്താമ്മാ ഇതു പോലെയൊക്കെ? നിങ്ങളൊക്കെ വലിയ പഠിത്തമുള്ളോര്... പെരിയ ഡിഗ്രിയെല്ലാമിരിക്ക്... ഇവനെപ്പോലത്തെ മുട്ടാൾപ്പയലുകൾക്കെല്ലാം കമ്പനിയില് വേല കെടയ്ക്കുമെന്നാൽ....

നിവേദിത : (പരുങ്ങലോടെ) അത് വന്ത്...അത് വന്ത്...

ശെൽവൻ : (ശബ്ദം ഉയരുന്നു) അറിയാം, എല്ലാമറിയാം ഞങ്കളുക്ക്... ഞങ്ങളെല്ലാം വെറും ഏഴകള്. പെരിയോരുടെ സപ്പോർട്ട് കിട്ടില്ല. ഈ കമ്പനീടെ സ്റ്റാർട്ടില് നെറയെ പ്രോമിസ് ഉണ്ടായിരുന്നു. ഞങ്ങടെ ഭൂമിയെല്ലാം ചെറിയ വിലയ്ക്ക് സർക്കാർ എടുത്തു കൊടുക്കുമ്പോൾ നെറയെ പ്രോമിസ്... ഇന്ത ഊര് മക്കൾക്കെല്ലാം വേലൈ... എനക്ക് ബി.എ. ഡിഗ്രി ഉണ്ട്. അതും ഹൈ സെക്കന്റ് ക്ലാസ്. അതിനാല് പേപ്പർ കൊടുത്തു.... അന്നേ അറിയാം, അന്ത പേപ്പറ് കുപ്പയിലേ പോടുവാങ്കെ...അവരുക്ക് നാൻ നക്സല്..... ഇവിടെ ഫാക്റ്ററി വരറതുക്ക് എതിരായി നാൻ കൊടി പിടിച്ചിറുക്ക്... അത് തെറ്റാ? നമ്മ ഓൾഡ് പാർവ്വതീപുരം അരുമയാന ഇടം.... ഹിസ്റ്റോറിക്കൽ പ്ലേസ്. നെറയെ പിൽഗ്രിംസും ടൂറിസ്റ്റുകളും വരുവാങ്കെ സമ്മറില്... ഇന്ത മീനാക്ഷിപ്പാളയമോ? മീൻ സാപ്പിടാൻ വയ്യ, തണ്ണി കുടിക്കാൻ വയ്യാ, ഒരേ പൊല്യൂഷൻ താൻ.

ഒന്നും മിണ്ടാതെ മുന്നോട്ടുനടക്കുകയാണ് നിവേദിത. അപ്പോഴും എന്തൊക്കെയോ പറഞ്ഞുകൊണ്ട് പുറകെത്തന്നെയുണ്ട് ശെൽവൻ.

ശെൽവൻ : എന്നോട് അങ്കിൾ ഇങ്കെ ഓൾഡ് വർക്കർ. ആനാലും അവാ പുള്ളൈക്ക് വേല കെട യ്ക്കലൈ. ആരാവത് ശത്തു പോനാൽ വേല കെടയ്ക്കും.... അല്ലാട്ടാ കൊല പണ്ണണം.... (എന്തോ അബദ്ധം പറഞ്ഞതു പോലെ കൈ കുടയുന്നു)

തീരെ താത്പര്യമില്ലാതെ, അയാളെ ഒഴിവാക്കാനായി നിവേദിത വേഗം നടക്കുന്നു. അത് മനസ്സിലാക്കിയതു പൊലെ ശെൽവനും നടപ്പ് പതുക്കെ യാക്കുന്നു. അപ്പോഴും എന്തൊക്കെയോ പിറുപിറുക്കുന്നുണ്ട്.

നിവേദിത തിടുക്കത്തിൽ നടന്നുപോകുന്നു.

മുപ്പത്തിയഞ്ച്

മുനുസ്വാമിയുടെ മുറ്റം. രാത്രി.

ഒരു കയറ്റുകട്ടിലിൽ ആകാശത്തെ നക്ഷത്രങ്ങളിലേക്ക് നോക്കി എന്തൊക്കെയോ ചിന്തിച്ചു കിടക്കുകയാണ് മുനുസ്വാമി. കട്ടിലിന് തൊട്ടുതാഴെയായി അയാളുടെ നായ കണ്ണൻ കിടക്കുന്നു.

അകത്തു നിന്ന് കാവേരി കടന്നുവന്ന് എന്തോ ചോദിക്കുന്നുണ്ടെങ്കിലും അയാൾ ഒന്നും പറയുന്നില്ല.

കാവേരി : (ഉറക്കെ വിളിക്കുന്നു) അപ്പാ....

മുനുസ്വാമി : (ആകാശത്തെ ഏതോ നക്ഷത്രം ചൂണ്ടിക്കാണിച്ചു കൊണ്ട്, ഓർമ്മകളിൽ നഷ്ടപ്പെട്ട്) അത് നമ്മ മുത്തു... കൂപ്പിടരാറ് അവൻ!

കാവേരി : (അയാളെ കുലുക്കി വിളിക്കുന്നു) അന്ത പളണി അണ്ണാവുക്ക് വേല കെടയ്ക്കുമാ?

മുനുസ്വാമി : (സ്വപ്നത്തിൽനിന്ന് ഞെട്ടി ഉണർന്നതുപോലെ തെല്ലൊരു അസ്വസ്ഥതയോടെ തെല്ലൊരു അത്ഭുതത്തോടെ) ആമാമ്മാ...അപ്പടി താൻ പഴക്കം...ഏൻ, എതുക്കാഹ നീ ഇതെല്ലാം കേക്കറായ്?

കാവേരി : എന്നമോ എല്ലാം സൊല്ലറായ് ഇന്ത ഊരില്... കോവിൽപക്കത്തില് അന്ത സെൽവൻ അണ്ണാ....പെരിയ കൂട്ടം അങ്കെ...

മുനുസ്വാമി : (അസ്വസ്ഥതയോടെ) അതെല്ലാം നമ്പിടാതെ.... അയോഗ്യപ്പശങ്ങള്...

കാവേരി : അല്ലപ്പാ, ശെൽവൻ നല്ലവൻ. ഇവൻ താൻ കെട്ടവൻ...

മുനുസ്വാമി : യാര്?

കാവേരി : അന്ത പളണിയണ്ണാ... (അടുത്തിരുന്ന് മടിയിൽ തലചായ്ച്ച് താടിയിൽ തലോടിക്കൊണ്ട്) എന്നമോ ബയമാകറത് എനക്ക്.... നീങ്കെ ജാഗ്രതയായിരിക്കണം.

മുനുസ്വാമി : (അറിയാതെ ഞെട്ടിപ്പോകുന്നു) അപ്പടി യൊണ്ണുമില്ലമ്മാ. നീ ഉള്ളെപ്പോയി തൂങ്കിട്.

കാവേരി : (എഴുന്നേറ്റ് മുനുസ്വാമിയുടെ കൈപിടിച്ച് വാശിയോടെ) വാപ്പാ. ഉള്ളെ തൂങ്കലാം... ഇങ്കെ വെളിയില്.... എന്നമോ ബയമായി രിക്ക് അപ്പാ...(അവൾ കരച്ചിലിന്റെ വക്ക ത്താണ്)

പുറത്തെ ഇരുട്ടിൽ നായകൾ ഓരിയിടുന്നുണ്ട്.

വീണ്ടും അവൾ അകത്തേക്ക് പിടിച്ചുവലിക്കുമ്പോൾ മുനുസ്വാമി മടിയോടെ വഴങ്ങുന്നു. അവൾ കട്ടിലിൽ പായ വിരിച്ചു കൊടുക്കുന്നു. അകത്തേക്ക് പതിവില്ലാത്ത ഈ ഏർപ്പാടുകളെല്ലാം കണ്ടു പകച്ചു നോക്കുകയാണ് ചെമ്പകം. ചോദ്യഭാവത്തിൽ മകളുടെ നേർക്ക് നോക്കു മ്പോൾ കണ്ട ഭാവം വയ്ക്കാതെ മറ്റൊരു പായ വിരിച്ച് അവൾ കട്ടിലിനു താഴെ പായ വിരിച്ച് അതിൽ കിടക്കുന്നു.

മുപ്പത്തിയാറ്

കാവേരിയെ ഒരു കൂട്ടർ പെണ്ണ് കാണാൻ വരുന്ന രംഗം. വയസ്സായ രണ്ടു പേർ, നിറമുള്ള ചേലയുടുത്ത ഒരു മുതിർന്ന സ്ത്രീ. തെല്ലൊരു അമ്പര പ്പോടെ ചുറ്റും നോക്കുന്ന പയ്യൻ. കൂടെ കമ്പനിയുടെ കാക്കി യൂണിഫോമിട്ട പെരുമാളുമുണ്ട്. അയാളാണ് ഇതിലെ ഇടനിലക്കാരനെന്ന് വ്യക്തം. അയാൾ കൈയും കലാശവുമായി എന്തൊക്കെയോ പറയുമ്പോൾ തല കുലുക്കി സമ്മതിക്കുന്നുണ്ട് മുതിർന്നവർ. നാട്ടിൻപുറങ്ങളിലെ ഒരു ടിപ്പിക്കൽ പെണ്ണുകാണൽ രംഗം.

മുപ്പത്തിയാറ് എ

മുനുസ്വാമിയുടെ വീടിന്റെ അകം. അവിടെ ചെറിയൊരു തർക്കം നടക്കുകയാണ്. അപ്പോഴും ദാവണിവേഷത്തിൽ തന്നെയാണ് കാവേരി. ചേലയുടുക്കാൻ സമ്മതിക്കുന്നില്ല. തോളിൽ ചേർത്തു പിടിച്ച് മുനുസ്വാമി അനുനയിപ്പിക്കാൻ നോക്കുന്നു. അച്ഛന്റെ പുന്നാരം കാണുമ്പോൾ അരിശം വരുന്നുണ്ട് ചെമ്പകത്തിന്. രാജാ വീട്ടിലില്ല.

പെരുമാൾ തിടുക്കത്തിൽ കടന്നുവന്ന് എന്താണ് താമസമെന്ന് തിരക്കുന്നു. ആരുമൊന്നും മിണ്ടാതെ പരസ്പരം നോക്കുന്നു. മുഖം വീർപ്പിച്ച് നിൽ പ്പാണ് കാവേരി.

പെരുമാൾ : എന്നായ്യാ മുനുസ്വാമി. ഇന്ത മാതിരി ഒരു കേസ് കെടയ്ക്കറത് റൊമ്പ കഷ്ടം. പയ്യൻ സർക്കാരാഫീസില് പ്യൂൺ. റൊമ്പ നല്ലവൻ. കെട്ട പഴക്കം ഒണ്ണുമേ ഇല്ലെ... ഇത് അന്ത അമ്മാ സെലക്ഷൻ. അവാള് പാത്തിരുക്ക് കാവേരിയെ കോവിലില്.

ഒന്നും പറയാതെ തലകുനിച്ചു നിൽക്കുകയാണ് മുനുസ്വാമി. ഒടുവിൽ അരിശത്തോടെ ചെമ്പകം മകളെ ഉന്തിത്തള്ളി അകത്തേക്കു കൊണ്ടു പോകുന്നു.

മുപ്പത്താറ് ബി

മുൻ രംഗത്തിന്റെ തുടർച്ച, മുനുസ്വാമിയുടെ വീടിന്റെ മുൻവശം.

ചെമ്പകം പലഹാരത്തട്ടവുമായി കടന്നു വരുന്നു. പുറകെ ചായയുമായി കാവേരിയും. എല്ലാവർക്കും ചായ കൊടുത്ത ശേഷം അവൾ ഒരു മൂലയിൽ ഒതുങ്ങി നിൽക്കുന്നു. അവൾ സന്തുഷ്ടയല്ലെന്ന് വ്യക്തം. ചെമ്പകത്തിന്റെ മുഖത്തും വലിയ തെളിച്ചമില്ല. ഇരുനിറമാണെങ്കിലും ചന്തമുള്ള കാവേരി യെക്കണ്ട് അവരെല്ലാം തൃപ്തരാണെന്ന് സൂചന. ദല്ലാൾ എന്തോ പതിയെ ചോദിക്കുമ്പോൾ പയ്യൻ തലയാട്ടുന്നുണ്ട്.

പയ്യന്റെ അമ്മയ്ക്ക് വലിയ സന്തോഷമാണ്. അവർ കാവേരിയെ അടുത്തു വിളിച്ചു നിറുത്തി എന്തൊക്കെയോ ചോദിക്കുന്നു. മുഖം തലോടിക്കൊണ്ട് ഓമനിക്കുന്നു. അല്പം കഴിഞ്ഞ് അവരെല്ലാം യാത്ര പറഞ്ഞു പോകുന്നു. ഓട്ടോറിക്ഷയും ബൈക്കും സ്റ്റാർട്ടാക്കുന്നതിന്റെ ബഹളം.

മുപ്പത്തിയേഴ്

വീടിന്റെ മുൻവശത്തെ ചാരുകസേരയിൽ എന്തൊക്കെയോ ആലോചിച്ച് സ്വസ്ഥനായി കിടക്കുകയാണ് മുനുസ്വാമി. തൊട്ടടുത്ത് അല്പം ദേഷ്യ ത്തോടെ തട്ടിക്കയറുകയാണ് ചെമ്പകം.

മുനുസ്വാമി : (കൈമലർത്തിക്കൊണ്ട്) നാൻ എന്ന പണ്ണറത് ചെമ്പകം? കല്യാണത്തുക്ക് എവളവ് പണം വേണം?

മകൾക്ക് കല്യാണമൊക്കെ ആലോചിച്ചുവച്ചിട്ട് അതിനുള്ള പണം എവിടന്നു വരുമെന്നതിലാണ് തർക്കം. പൊന്ന്, പണം, ഉടുപുടവകൾ,

കല്യാണച്ചിലവുകൾ... കൈയും കലാശവുമായി എന്തൊക്കെയോ പറയുകയാണ് ചെമ്പകം.

ചെമ്പകം : (തട്ടിക്കയറിക്കൊണ്ട്) നീങ്കെ ഇവളവ് നാള് കമ്പനിയില് വേല പണ്ണിയിരിക്ക്. എന്ന പ്രയോജനം? ഏതാവത് സമ്പാദ്യം ഇരിക്കാ? നമ്മ രാജാവുക്ക് ഒരു വേലയും കെടയ്ക്കലെ...

മുനുസ്വാമി : (അരിശത്തോടെ) അന്ത മുട്ടാൾപ്പയലുക്കാ? നാൻ എന്ന പണ്ണറത്? ഒരു ക്വാളിഫിക്കേഷനുമില്ലെ.

ചെമ്പകം : (വിടാതെ) ഒങ്കളുക്ക് എന്ന ക്വാളിഫിക്കേഷൻ?

മുനുസ്വാമി : (തല താഴ്ത്തി) അത് അന്ത കാലം!

ചെമ്പകം ദേഷ്യത്തോടെ എന്തൊക്കെയോ ശാപവാക്കുകൾ പറഞ്ഞു കൊണ്ട് ചവിട്ടിത്തുള്ളിക്കൊണ്ട് അകത്തേക്കു പോകുന്നു. തിരിച്ചുവന്ന് കൈയും കലാശവുമായി വീണ്ടും തട്ടിക്കയറുന്നു.

പുറത്തെ ശബ്ദം കേട്ട് അകത്തുനിന്ന് കാവേരി വന്ന് എത്തിനോക്കുന്നു. മുനുസ്വാമി ക്ഷോഭത്തോടെ അകത്തേക്കു നോക്കി എന്തോ പറയുമ്പോൾ കാവേരി കരച്ചിലിന്റെ വക്കത്താണ്.

സങ്കടം സഹിക്കവയ്യാതെ കാവേരി വന്ന് അച്ഛനെ കെട്ടിപ്പിടിച്ചു കരയുന്നു.

കാവേരി : (തേങ്ങിക്കൊണ്ട്) എനക്ക് വേണ്ടാ ഇന്ത തിരുമണം...

മുനുസ്വാമി : (വാശിയോടെ, എന്തോ തീരുമാനിച്ചുറപ്പിച്ച പോലെ.) നീ ചുമ്മാതിരി... നാൻ പാത്തുക്കറേ...

കാവേരി : (കരച്ചിൽ നിറുത്താതെ അയാളുടെ വായ പൊത്തിക്കൊണ്ട്) നാൻ ശൊല്ലറുത് കേളപ്പാ..

മുപ്പത്തിയെട്ട്

നിരത്ത്. പകൽ. ഡ്യൂട്ടി കഴിഞ്ഞ് സൈക്കിളിൽ വരികയാണ് മുനുസ്വാമി. എതിരെ വരുന്ന പെരുമാളിനെക്കണ്ട് സൈക്കിളിൽനിന്ന് ചാടിയിറങ്ങുന്നു. സൈക്കിൾ ഉന്തിക്കൊണ്ട് അവർ പതിയെ നടക്കുന്നു.

പെരുമാളുടെ മുഖത്ത് പ്രകടമായ നിരാശയുണ്ട്. മുനുസ്വാമിയും അസ്വസ്ഥ നാണ്. പെണ്ണ് കണ്ടു പോയിട്ട് ആഴ്ച ഒന്നു കഴിഞ്ഞെങ്കിലും മറുപടി ഒന്നും ഉറപ്പിച്ചു പറയാത്തത് എന്തെന്ന് തിരക്കുകയാകണം പെരുമാൾ.

പെരുമാൾ	: (ഇഷ്ടപ്പെടാത്ത മട്ടിൽ) എന്നായ്യാ ഒരു മാതിരി? എത്തിന നാളായാച്ച്? ഒരു റിപ്ലൈ കൊടു ക്കണമേ...? അവങ്കള്ക്ക് റൊമ്പ ഇന്ററസ്റ്റ് ഇന്ത കേസില്.

പക്ഷേ, ഒന്നും പറയാനാകാതെ തല കുനിച്ചു നടക്കുകയാണ് മുനുസ്വാമി.

പെരുമാൾ	: സൊസൈറ്റി ലോൺ വേണന്നാൽ നാൻ ഗാരന്റി കൊടുപ്പേൻ...
മുനുസ്വാമി	: (മൊഴി മുട്ടി സൈക്കിളിൽ കയറിക്കൊണ്ട്) അപ്പുറം ശൊൽറേൻ
പെരുമാൾ	: (ഉറപ്പില്ലാതെ) എണ്ണേക്കയ്യാ?
മുനുസ്വാമി	: (ഒഴുക്കനായി, അയാളെ ഒഴിവാക്കാനെന്ന മട്ടിൽ) നാളേയ്ക്ക്....

മുനുസ്വാമി തിടുക്കത്തിൽ സൈക്കിൾ ചവിട്ടി പോകുന്നത് മനസ്സിലാക്കാ നാകാതെ പെരുമാൾ അന്തിച്ചുനിൽക്കുന്നു.

മുപ്പത്തിയൊമ്പത്

സന്ധ്യ. ഗ്രാമത്തിലെ പാവങ്ങൾ താമസിക്കുന്ന കുടിലുകളിൽനിന്ന് ഉറക്കെയുള്ള കരച്ചിലും ബഹളവും... രണ്ടു മൂന്ന് കുടിലുകളുടെ ഉമ്മറത്തു നിന്ന് കുട്ടികൾ ഉറക്കെ ഓക്കാനിക്കുന്നു. പുറം തിരുമ്മിക്കൊണ്ട് അമ്മ മാരും പാട്ടിമാരും. ബഹളം കേട്ട് അടുത്തുള്ള വീടുകളിൽനിന്ന് ആളുകൾ ഓടിക്കൂടുന്നു. ആരൊക്കെയോ സമാധാനിപ്പിക്കാൻ നോക്കുന്നു. ആരോ മൊബൈലിൽ വിളിക്കുന്നു. ആകെക്കൂടി വലിയ ബഹളം. ആ കുടിലുകളിൽ കയറിയിറങ്ങുകയാണ് നിവേദിതയും യൂണിഫോമിട്ട ഒരു സഹായിയും.

അതിനിടയിൽ ഒരു ആംബുലൻസ് ഇരമ്പിവരുന്നു. അതിൽ നിന്ന് രണ്ട് വെള്ളക്കുപ്പായക്കാർ ഇറങ്ങി കുടിലിലിലേക്കു കയറുന്നു. രണ്ടു മൂന്ന് സ്ട്രെച്ചറുകളിലായി കുട്ടികളെ കിടത്തി ആംബുലൻസ് നീങ്ങുന്നു. പുറകെ നിവേദിതയും.

പുറകിലായി അലമുറയിട്ടു കൊണ്ടു സ്ത്രീകൾ....

നാൽപ്പത്

ആശുപത്രിയിലെ ജനറൽ വാർഡ്. നിരത്തി കിടത്തിയിരിക്കുന്ന രോഗികളുടെ ഇടയിൽകൂടി നിവേദിതയും സഹായികളും വിവരമന്വേഷിച്ചുകൊണ്ട് നടക്കുന്നു. യൂണിയൻ നേതാവ് കെ.സിയും ശെൽവനും കൂട്ടരുമുണ്ട് അക്കൂട്ടത്തിൽ. ദയനീയമാണ് സർക്കാർ ആശുപത്രിയിലെ സ്ഥിതി. നിലത്തും കട്ടിലിലുമായി ഒരുപാട് രോഗികൾ. പല പ്രായക്കാരുമുണ്ട് അക്കൂട്ടത്തിൽ. ഈരണ്ട് കുട്ടികൾ വീതം ഓരോ കട്ടിലിൽ. പരാതികളും കരച്ചിലും ചുറ്റും. ചിലർക്കൊക്കെ ട്രിപ്പ് കൊടുക്കുന്നുണ്ട്.

ഒരു ലേഡി ഡോക്ടർ വന്ന് പരിശോധിച്ചിട്ട് കുട്ടികളുടെ അമ്മമാരോട് എന്തൊക്കെയോ ചോദിക്കുകയാണ്. ദൂരെനിന്നുള്ള സംഭാഷണം വ്യക്തമല്ല. ക്യാമറ അടുത്തെത്തുമ്പോൾ...

ഒരു അമ്മ : പഴശ് മീൻ... പെരിയ വെഷം.

ഡോക്ടർ : (പുറത്തു തട്ടി സമാധാനിപ്പിച്ചുകൊണ്ട്) തെരിയും എനക്ക്. നാൻ പാത്തുക്കറേൻ... നീങ്കെ രണ്ട് നാളേക്ക് ഇങ്കെ.

നിവേദിതയെ പുറത്തേക്ക് വിളിച്ചിട്ട് പേടിക്കാനൊന്നുമില്ലെന്ന് പറയുന്നു.

നാല്പത്തിയൊന്ന്

രാത്രി. നാട്ടിൻപുറത്തെ ആൽത്തറ. കുത്തിനിറുത്തിയ രണ്ടു പന്തങ്ങൾക്ക് ചുറ്റുമായി കുറെപ്പേർ ഒത്തുകൂടിയിരിക്കുന്നു. എല്ലാവരും സാധാരണക്കാരായ ഗ്രാമീണർ. കൂട്ടത്തിൽ താടി വളർത്തിയ ചില പരിസ്ഥിതി പ്രവർത്തകരും. ദൂരെ നിന്നുള്ള ഷോട്ടിൽ ആൾക്കൂട്ടത്തിന്റെ നടുവിൽ നിന്ന് കൈകൾ ഉയർത്തി സംസാരിക്കുന്ന ശെൽവനെ കാണാം. ക്യാമറ അടുത്തേക്ക് വരുമ്പോൾ ആൾക്കൂട്ടത്തിലെ പല മുഖങ്ങളുടെ ക്ലോസപ്പുകൾ... നീര് വറ്റിയ ചില വയസ്സന്മാർ, ചുക്കിച്ചുളിഞ്ഞ മുഖവുമായി ചില കിഴവികൾ, ചെറുപ്പക്കാർ, കുട്ടികൾ... വലിയ ശ്രദ്ധയോടെ കേട്ടു കൊണ്ടിരിക്കുകയാണ് അവർ. ഇടയ്ക്കൊക്കെ തലയാട്ടുന്നുണ്ട്. കൈയടിക്കുന്നുണ്ട്. പൊതുവെ അസ്വസ്ഥരാണ് ആൾക്കൂട്ടം...

ശെൽവൻ : നമ്മ അരുമയാന പാർവ്വതീപുരത്തുക്ക് മേലെ കൊടിയ ശാപം ഇന്ത ഫാക്ടറി. യാരുക്ക് വേണം ഇന്ത ഫാക്ടറി?

ഒരാൾ : വേലയും കെടയ്ക്കലൈ...

ശെൽവൻ : മറന്തിട് അന്ത വേലൈ കീലൈ എല്ലാം... തണ്ണി കുടിയ്ക്ക മുടിയുമാ? മീൻ സാപ്പിട മുടിയുമാ? എത്തിന കുളന്തൈകള് ഹോസ്പി റ്റലില്?

ഒരാൾ : പെരിയോരുമിരിക്ക്...

വേറൊരാൾ : (മലയാളത്തിൽ) ശരിയാ സെൽവാ നീ പറയ ണത്. മൊതലാളിമാര് ആരും തിരിഞ്ഞു നോക്കിയതു കൂടിയില്ല... ആ പാവം പേർസ ണലമ്മ മാത്രം. പക്ഷേ, അവർക്കൊരു പവറു മില്ല.

ശെൽവൻ : എത്തിന നാൾ ഇന്ത മാതിരി?

മലയാളി : വിടരുത് ഫൈറ്റ് ചെയ്യണം നമുക്ക്... ഞാനുണ്ട് കൂടെ...

വേറൊരാൾ : ആമാങ്കെ ഫൈറ്റ്...

(പലരും എഴുന്നേറ്റുനിന്ന് കൈയടിക്കുന്നു)

ക്യാമറ പുൾബാക്ക് ചെയ്യുമ്പോൾ ലോങ്ങ് ഷോട്ടിൽ അവരുടെ രോഷ പ്രകടനം കാണാം.

നാൽപ്പത്തിരണ്ട്

പകൽ. അയ്യർവാളുടെ മുറി. ക്ഷുഭിതനായ അയാളുടെ മുമ്പിൽ ഒരു കൂസലുമില്ലാതെ നിവർന്നു നിൽക്കുകയാണ് നിവേദിത.

അയ്യർവാൾ : (ഉറക്കെ ശകാരിക്കുന്ന മട്ടിൽ) എന്തിനാ നീയ വിടെ പോയത്? Who authorised you to go there? കമ്പനിക്കു വേണ്ടിയോ, അതോ യൂണിയൻകാർക്കു വേണ്ടിയോ? അവർക്ക് മരുന്ന് മേടിക്കാൻ ആര് പണം കൊടുത്തു? ആംബുലൻസിന്റെ കൂലി ആര് കൊടുത്തു?

നിവേദിത : ഇതിനായി കമ്പനിപ്പണം ഉപയോഗിച്ചിട്ടില്ല ഇതേ വരെ. വേണ്ടിവന്നാൽ ഉപയോഗിക്കു കയും ചെയ്യും. കമ്പനിയാണ് ഇതിനെല്ലാം ഉത്തരവാദി.

അയ്യർവാൾ : (ചാടിയെണീറ്റു കൊണ്ട്) What nonsense നീ ആർക്കു വേണ്ടിയാണ് പണിയെടുക്കുന്നത്, കമ്പനിക്കു വേണ്ടിയോ അതോ...

നിവേദിത : (തടഞ്ഞു കൊണ്ട്) ഇത് വെറും മനുഷ്യത്വം മാത്രം, സേർ. അത് കഴിഞ്ഞേ കമ്പനി ക്കാര്യങ്ങൾ വരുന്നുള്ളൂ. പത്താളുകളെ സഹായിക്കാൻ കഴിഞ്ഞില്ലെങ്കിൽ ഈ ജന്മംതന്നെ പാഴായിപ്പോയെന്ന് അച്ഛൻ പറയാറുണ്ട്.

അയ്യർവാൾ : (കലി തുള്ളിക്കൊണ്ട്) Enough നീയും നിന്റെ അച്ഛനും... Clear out of my room ! Get lost!!

അയ്യർവാൾ പുറത്തേക്ക് കൈ ചൂണ്ടുമ്പോൾ യാതൊരു കുലുക്കവു മില്ലാതെ നിവേദിത ഇറങ്ങിപ്പോകുന്നു.

നാൽപ്പത്തിമ്മൂന്ന്

പകൽ. നാട്ടിൻപുറത്തിന്റെ പല ഭാഗങ്ങളിലും വീടുകൾതോറും കയറി യിറങ്ങി നോട്ടീസുകൾ വിതരണം ചെയ്യുകയാണ് ശെൽവനും രണ്ടു മൂന്നു ചെറുപ്പക്കാരും. ചിലർ ഒരു ചെറിയ പ്ലക്കാർഡും പിടിച്ചിട്ടുണ്ട്. വലിയ ആവേശത്തോടെ തിടുക്കത്തിലാണ് അവർ നടക്കുന്നത്. ഇടയ്ക്ക് ചില വീടുകളിലെ വയസ്സന്മാരും വയസ്സികളുമൊക്കെ സംശയങ്ങൾ ചോദിക്കു മ്പോൾ അവർ കൈയും കലാശവുമായി വിശദീകരിക്കാൻ നോക്കു ന്നുണ്ട്. ചിലർ തല കുലുക്കുന്നുണ്ടെങ്കിലും മറ്റു ചിലരുടെ മുഖത്ത് സംശയങ്ങളാണ്. (നിശ്ശബ്ദമായ സീക്വൻസ്. പശ്ചാത്തലത്തിൽ സൗണ്ട് ട്രാക്ക് മാത്രം)

ഇതിനിടയിൽ സ്ഥലത്തെ രണ്ടു പൊലീസുകാർ സ്കൂട്ടറിൽ വരുന്നത് കാണാം. ദൂരെ വച്ച് സ്കൂട്ടർ പതിവുപോലെ നിന്നു പോകുന്നു. കോൺ സ്റ്റബിൾ ഇറങ്ങി സ്കൂട്ടർ പലവുരു കുലുക്കി പല തവണ ചവിട്ടി സ്റ്റാർ ട്ടാക്കി മുന്നോട്ടു വരുമ്പോൾ ശെൽവനും കൂട്ടരും സംശയത്തോടെ ഒന്നു നിൽക്കുന്നു. അപ്പോൾ കൂട്ടത്തിൽപ്പെട്ട ഒരു ചെറുപ്പക്കാരൻ ഒരു കൂസലു മില്ലാതെ ഒരു നോട്ടീസ് ഹെഡ് കോൺസ്റ്റബിളിന്റെ നേർക്കു നീട്ടുന്നു. അയാളതു കൈനീട്ടി വാങ്ങുന്നുണ്ടെങ്കിലും ചുരുട്ടിക്കൂട്ടി വലിച്ചെറിഞ്ഞ് ‘കാണാം, കാണാം’ എന്ന മട്ടിൽ തലയാട്ടുന്നു.

ശെൽവനും കൂട്ടരും മുന്നോട്ട്.

നാൽപ്പത്തിനാല്

പകൽ. കമ്പനിയുടെ മുമ്പിലെ വരാന്തയിൽ നിവേദിത മൊബൈലിൽ സംസാരിച്ചു കൊണ്ടു നിൽക്കുന്നു.

നിവേദിത : കാര്യങ്ങൾ കൈവിട്ടു പോണതു പോലെയാണ്, രവീ. (pause) പൊല്യൂഷൻ കൺട്രോളിനായി ഒന്നും ഇതേവരെ ചെയ്തിട്ടില്ല മാനേജ്മെന്റ്. സർക്കാരിൽനിന്ന് നോട്ടീസ് വരുമ്പോൾ ഉദ്യോഗസ്ഥന്മാരെ കൈയിലെടുക്കലാണ് പതിവ്.... കോടതി ഉത്തരവുകൾ വന്നിട്ടും ഒന്നും ചെയ്തിട്ടില്ല. (pause) പരിസ്ഥിതിക്കാരുടെ സമരങ്ങൾ പലതവണ നടന്നു കഴിഞ്ഞിരിക്കുന്നു. (pause) ഇതിനകത്ത് പ്യൂരിഫിക്കേഷൻ പ്ലാന്റ് ഉണ്ടെങ്കിലും പുറത്തെ പാവങ്ങള് കുടിക്കണത് വിഷം കലർന്ന വെള്ളമാണ്. ഇപ്പോൾ പ്രശ്നം സീരിയസ്സായിരിക്കുന്നു. ചേരിയിലെ കുറെ പേർ ഛർദ്ദിയും വയറിളക്കവുമായി ഹോസ്പിറ്റലിലാണ്. ഞാൻ തന്നെയാണ് അവരെ ഹോസ്പിറ്റലിൽ കൊണ്ടുപോയത്. വിഷം കലർന്ന പുഴമീൻ കഴിച്ചിട്ടാണെന്നാ ഡോക്ടർ പറഞ്ഞത്. പതിവുപോലെ ഇക്കുറി ആരേയും കൈയിലെടുക്കാൻ പറ്റില്ലെന്നു തോന്നണു. ദളിത് സംഘടനകൾ ഇളകിയിട്ടുമുണ്ട്.

അപ്പുറത്തുനിന്ന് രവി എന്തൊക്കെയോ പറയുന്നുണ്ട്. തീരെ താത്പര്യമില്ലാതെ കേട്ടുകൊണ്ടിരിക്കുകയാണ് നിവേദിത. രവിയുടെ മാറ്റത്തിൽ അസ്വസ്ഥയാണ് അവൾ. അവളുടെ അസ്വസ്ഥമായ മുഖഭാവങ്ങൾ ക്ലോസപ്പിൽ...

I know, know. ഇതെന്റെ വകുപ്പല്ലാന്നറിയാം. പക്ഷേ, ആ പാവങ്ങളെ കണ്ടില്ലെന്ന് നടിക്കാൻ എനിക്കാവില്ല. ഇത്തരം കാര്യങ്ങളിൽ യോജിക്കാനാവില്ല നമുക്ക് രണ്ടു പേർക്കും. രവിയുടെ ഈ കോർപ്പറേറ്റ്

ജാടകൾ! അതുകൊണ്ടുതന്നെയാ ഞാൻ നിങ്ങളെയൊക്കെപ്പോലെ മൾട്ടി നാഷണൽ കമ്പനികളുടെ പുറകെ പോവാതിരുന്നത്. കുട്ടിക്കാലം തൊട്ടേ അച്ഛൻ പഠിപ്പിച്ചു വിട്ട കുറെ നന്മകളുണ്ട്. പാവങ്ങളുടെ കണ്ണീര് കാണാൻ വയ്യ....ശരി.. ശരി. ബൈ രവി.
(അരിശത്തോടെ സംഭാഷണം കട്ട് ചെയ്യുന്നു.)

നാൽപ്പത്തിയഞ്ച്

പകൽ. നിവേദിത വരാന്തയിൽതന്നെ. കഴിഞ്ഞ രംഗത്തിന്റെ തുടർച്ച.

പുറത്ത് ഗെയിറ്റിനരികിൽ ബഹളം കേട്ട് നിവേദിത ശ്രദ്ധിക്കുന്നു. പുറത്ത് പരിസ്ഥിതിക്കാരുടെ പ്രതിഷേധ പ്രകടനമാണ്. കുറച്ചുനേരം ശ്രദ്ധിച്ചു നിന്നിട്ട് അവൾ ആദ്യം അകത്തേക്കു പോകാൻ തുടങ്ങുന്നു. വാതിൽ പാതി തുറന്ന ശേഷം തിരിച്ചുവന്ന് വീണ്ടും ശ്രദ്ധിക്കുന്നു. ദൂരെ അവളെ കണ്ടിട്ടാകണം, ഗെയിറ്റിനു പുറത്തെ മുദ്രാവാക്യങ്ങൾ ഉച്ചത്തിലാകുകയാണ്.

തെല്ലുനേരം ശങ്കിച്ചുനിന്നിട്ട് നിവേദിത ഗെയിറ്റിനടുത്തേക്ക് നീങ്ങുന്നു. കൂടുതൽ ആവേശത്തോടെയുള്ള മുദ്രാവാക്യങ്ങൾ...

നിവേദിത ഗെയിറ്റിനരികിൽ ശ്രദ്ധിച്ചുകൊണ്ട് നിൽക്കുന്നു.

അവിടെ വലിയൊരു പ്രതിഷേധപ്രകടനം നടക്കുകയാണ്. കുറെ ഗ്രാമീണർ കൂടിയിട്ടുണ്ട്. അക്കൂട്ടത്തിൽ യൂണിയൻ നേതാവായ കെ.സി. ഇല്ല. ശെൽവൻ തൊട്ടടുത്തുണ്ടെങ്കിലും പുറത്തുനിന്നു വന്ന നീളൻ ഖദർ ജൂബ്ബയും മുഷിഞ്ഞ ജീൻസുമണിഞ്ഞ ഒരു നേതാവാണ് പ്രസംഗിക്കുന്നത്. ഗെയിറ്റിനു മുൻപിൽ അണിനിരന്നുനിൽക്കുന്ന കുറെ പൊലീസുകാർ... ആൾക്കൂട്ടത്തിന്റെ പല ഷോട്ടുകൾ. കൂടുതൽ ആളുകൾ വന്നുകൊണ്ടിരിക്കുന്നുണ്ട്. ഗെയിറ്റിനകത്ത് കമ്പനിയുടെ സെക്യൂരിറ്റിക്കാരും കുറെ തൊഴിലാളികളും നിൽപ്പുണ്ട്. (സംഭാഷണം വ്യക്തമല്ല)

സെക്യൂരിറ്റിക്കാർ ഗെയിറ്റടച്ച് കുറ്റിയിട്ടിരിക്കുകയാണ്. അവൾ തുറക്കാൻ ആവശ്യപ്പെടുമ്പോൾ അവർ മടിക്കുന്നു. ആൾക്കൂട്ടത്തിലേക്ക് ഇറങ്ങിച്ചെല്ലുന്നത് അപകടമാണെന്ന് സൂചന കാട്ടി അവളെ പിന്തിരിപ്പിക്കാൻ നോക്കുന്നു. അവൾ ശബ്ദം ഉയർത്തി ആജ്ഞാപിക്കുമ്പോൾ മടിയോടെ തുറക്കുന്നു. ആദ്യം കമ്പനിക്കെതിരായി ഉച്ചത്തിൽ മുഴങ്ങിയ മുദ്രാവാക്യങ്ങൾ ശെൽവൻ ആംഗ്യം കാണിക്കുമ്പോൾ നിലയ്ക്കുന്നു.

നിവേദിത അവരുടെ ഇടയിലേക്ക് കടക്കുമ്പോൾ എല്ലാവരും പകച്ചു പോകുന്നു. എന്തു ചെയ്യണമെന്നറിയാതെ അവർ കുഴങ്ങുമ്പോൾ നിവേദിത അവരോടു സംസാരിക്കാൻ നോക്കുകയാണ്. പക്ഷേ ആദ്യം ഒന്നടങ്ങിയെങ്കിലും പിന്നീട് മുദ്രാവാക്യങ്ങൾ കൂടുതൽ ഉച്ചത്തിലാകുന്നു.

അമ്പരന്നു നിൽക്കുന്ന സെക്യൂരിറ്റിക്കാർ നോട്ടങ്ങൾ കൈമാറി മൊബൈലിൽ ആരോടോ സംസാരിക്കുന്നു. ഉയർന്ന ഉദ്യോഗസ്ഥന്മാരോടാണെന്ന് വ്യക്തം. വാ പാതി പൊത്തി അമർന്ന സ്വരത്തിലാണ് സംസാരിക്കുന്നത്.

നിവേദിതയോട് അകത്തേക്കു കടക്കാൻ സെക്യൂരിറ്റിക്കാർ ആംഗ്യം കാട്ടുന്നുണ്ടെങ്കിലും അവൾ കൂട്ടാക്കുന്നില്ല.

നാല്പത്തിയാറ്

പകൽ. കഴിഞ്ഞ രംഗത്തിന്റെ തുടർച്ച. ആവേശം കൂടുമ്പോൾ പ്രകടനക്കാർ ക്ഷുഭിതരാകുമെന്ന സംശയത്തിൽ എന്തിനും തയ്യാറായി നിൽക്കുകയാണ് പൊലീസുകാരും അകത്തെ സെക്യൂരിറ്റിക്കാരും.

പ്രസംഗം തീരുമ്പോൾ വലിയ കൈയടി. ശെൽവന്റെ കൈയിൽ നീട്ടിപ്പിടിച്ച ഒരു കവറുണ്ട്. ഈ നിവേദനം മാനേജ്മെന്റിലെ ഉന്നതന്മാർക്ക് കൊടുക്കാനായി അകത്തേക്ക് കടത്തിവിടണമെന്ന് അവർ അപേക്ഷിക്കുന്നുണ്ടെങ്കിലും പൊലീസുകാർ സമ്മതിക്കുന്നില്ല. അതോടെ പുറകിൽ നിന്നുള്ള മുദ്രാവാക്യം വിളി ഉച്ചത്തിലാകുന്നു. ആശുപത്രിയിൽ ചികിത്സയിൽ കിടക്കുന്ന കുട്ടികളുടെ അമ്മമാരാണ് കൂടുതൽ ശബ്ദമുണ്ടാക്കുന്നത്. ഇതിനിടയിൽ പുറകിൽ നിൽക്കുന്ന പൊലീസ് ഉദ്യോഗസ്ഥന്റെ മൊബൈലിൽ ഒരു വിളി വരുന്നു. തലയാട്ടിയിട്ട് അയാൾ കൂടെയുള്ളവരോട് എന്തോ പറയുന്നു. അതുകേട്ട് തൊട്ടടുത്തുള്ള എസ്.ഐ. മൈക്കിലൂടെ എല്ലാവരും ഒച്ചയുണ്ടാക്കാതെ പിരിഞ്ഞു പോകണമെന്ന് വിളിച്ചു പറയുന്നുണ്ടെങ്കിലും ആൾക്കൂട്ടം പ്രതിഷേധസ്വരത്തിൽ 'ഇല്ല, ഇല്ല' എന്ന് പ്രതികരിക്കുന്നു.

അതോടെ സംഘർഷം പെരുകുകയാണ്. പൊലീസുകാർ ലാത്തി കുറുകെ പിടിച്ച് പ്രകടനക്കാരെ പുറകോട്ട് തള്ളിമാറ്റാൻ നോക്കുമ്പോൾ ജനം ക്ഷുഭിതരാകുന്നു. അവർ ഗെയിറ്റ് തള്ളിത്തുറന്ന് അകത്തേക്കു കയറാൻ നോക്കുന്നു.

ഇതിനിടയിൽ ഏറ്റവും പുറകിൽ നിൽക്കുന്ന പളണി ഒരു കല്ലെടുത്ത് പൊലീസിന്റെ നേർക്കെറിയുന്നു. വേറൊരു കല്ലെടുത്ത് രാജയുടെ കൈയിൽ കൊടുക്കുന്നുണ്ടെങ്കിലും അയാൾ എറിയാൻ മടിക്കുന്നു. പളണി വീണ്ടും നിർബന്ധിക്കുമ്പോൾ അയാൾ തെല്ലൊരു മടിയോടെ എറിയുന്ന കല്ല് ഒരു പൊലീസുകാരന്റെ നെറ്റിയിൽ കൊള്ളുമ്പോൾ ഇൻസ്പെക്ടർ 'ചാർജ്ജ്' എന്നലറിക്കൊണ്ട് മുന്നോട്ടു കുതിക്കുന്നു. ലാത്തിച്ചാർജ്ജ് തുടങ്ങുന്നതോടെ

ജനം ചിതറിയോടുന്നു. സ്ത്രീകളും കുട്ടികളും കാലിടറി വീഴുന്നു. കാൽക്കീഴിൽ ചതഞ്ഞുപോകുന്ന ചിലർ ഉറക്കെ കരയുന്നു. ആകെ സംഘർഷവും ബഹളവും. ഇതിനിടയിൽ മറ്റൊരു പൊലീസുവണ്ടി കൂടി വരുന്നതോടെ ബഹളം വർദ്ധിക്കുന്നു. തിക്കിലും തിരക്കിലും ലാത്തിയടിയിലും പെട്ട് നിവേദിത നിലത്തു വീഴുന്നു. ആരുടേയോ ഉത്തരവനുസരിച്ചെന്നോണം മൂന്നാല് പൊലീസുകാർ അവളെ വളഞ്ഞുനിന്ന് മർദ്ദിക്കുകയാണ്. തടയാൻ ശ്രമിച്ച ശെൽവനേയും മറ്റാളുകളേയും പൊലീസ് തല്ലി വീഴ്ത്തുന്നു. ഇടയിൽ കൊമ്പൻ മീശക്കാരായ ചില ഗുണ്ടകളും കയറിയിട്ടുണ്ടെന്ന പ്രകടമായ സൂചന. അവരും വലിച്ചിട്ട് ചവിട്ടുന്നുണ്ട് നിവേദിതയെ. ശെൽവനും പരുക്കേൽക്കുന്നുണ്ട്.

ഒടുവിൽ പ്രകടനക്കാരിൽ ചിലർ കൂടി തലയ്ക്കു പരിക്കേറ്റ നിവേദിതയെ കോരിയെടുത്ത് ഒരു കാറിൽ കയറ്റുന്നു. ഉറക്കെ ഹോണടിച്ചുകൊണ്ട് കാർ പാഞ്ഞുപോകുന്നു.

നാല്പത്തേഴ്

സന്ധ്യ. പുഴവക്കത്തുകൂടെ സംസാരിച്ചുകൊണ്ടു നടക്കുകയാണ് പെരുമാളും മുനുസ്വാമിയും.

പെരുമാൾ : (അനുനയിപ്പിക്കുന്ന വിധത്തിൽ) അബ്ബബ്ബാ എന്നായിത്. ഇന്ത മാതിരി കേസ് കെടയ്ക്കാതെ... കൈയില് വന്ന മഹാലക്ഷ്മിയെ കളയാതിങ്കെ.

മുനുസ്വാമി : വേണാ എന്ന് ശൊല്ലറാ അവൾ, കാവേരി!

പിന്നെയും പെരുമാൾ എന്തൊക്കെയോ പറയുമ്പോഴും ചുമൽ വെട്ടിച്ച് തനിക്കിതിൽ ഒന്നും ചെയ്യാനില്ലെന്ന് പറയുകയാണ് മുനുസ്വാമി. അവർ സംസാരിച്ചു നടന്നകന്നു പോകുന്നു.

നാല്പത്തിയെട്ട്

രാത്രി. മുനുസ്വാമിയുടെ വീടിന്റെ ഉൾഭാഗം. വലിയ ശബ്ദത്തിൽ, ആംഗ്യങ്ങളുമായി മുനുസ്വാമിയുടെ മേൽ തട്ടിക്കയറുകയാണ് ചെമ്പകം. സംഭാഷണം വ്യക്തമല്ല. പക്ഷേ, ഇത്രയും കാലം കൂടിയിട്ട് ഒന്നും സമ്പാദിക്കാൻ കഴിയാത്തതും മകന് ജോലി വാങ്ങിക്കൊടുക്കാത്തതുമൊക്കെയാണ് പ്രശ്നം. മറുപടി പറയാനാകാതെ ഒരു കുറ്റവാളിയെപ്പോലെ തല താഴ്ത്തി

ഒരു കസേരയിൽ ചുരുണ്ടുകൂടി ഇരിക്കുകയാണ് മുനുസ്വാമി. കാവേരി ഇടയ്ക്കു കയറി സമാധാനപ്പെടുത്താൻ നോക്കുമ്പോൾ അമ്മ അവളെ തള്ളിമാറ്റുന്നു. ഇടയ്ക്ക് അവർ ഇറയത്തേക്ക് പോയി പുച്ഛസ്വരത്തിൽ മുറ്റത്തേക്ക് കാർക്കിച്ചുതുപ്പുന്നു.

മുനുസ്വാമി : (സഹികെട്ട് സങ്കടത്തോടെ വേദനയോടെ) ലാസ്റ്റില് ഒങ്കള്ക്കെല്ലാം നാൻ വെറും വേസ്റ്റ്, അല്ലവാ? തെരുവിലെ കുപ്പ മാതിരി....

കാവേരി : (സങ്കടത്തോടെ അയാളുടെ വായ പൊത്തിക്കൊണ്ട്) അപ്പടി ഒണ്ണും ശൊല്ലാതിങ്കെ അപ്പാ. നീങ്കൾ എങ്കളുക്ക് കടവുൾ മാതിരി...

അവൾ അയാളെ കെട്ടിപ്പിടിച്ച് കരയുന്നു.

നാല്പത്തിയൊമ്പത്

പകൽ. ആശുപത്രിയിലെ പ്രത്യേക മുറി. നിറയെ ബാൻഡേജുമായി കിടക്കുകയാണ് നിവേദിത. തലയിലും കൈകാലുകളിലും ബാൻഡേജുണ്ട്. ഏതോ വാരികകൾ മറിച്ചുനോക്കുകയാണ് നിവേദിത.

അതിനിടയിൽ ഒരു നഴ്സ് വന്ന് വാതിൽ തുറന്നുപിടിച്ചുകൊണ്ട് ആരോ വന്നിട്ടുണ്ടെന്ന് പറയുന്നു. വരാൻ അവൾ ആംഗ്യം കാട്ടുമ്പോൾ കതക് തുറന്ന് ശെൽവൻ കടന്നുവരുന്നു. അയാളുടെ തലയിലും നെറ്റിയിലും ചോരപ്പാടുകളുള്ള ചുറ്റിക്കെട്ടുണ്ട്. മുഷിഞ്ഞ വേഷം. വേച്ചുവേച്ചാണ് നടക്കുന്നത്. കാലുകളിലും അടികൊണ്ട പരുക്കുണ്ടെന്ന സൂചന. ശെൽവൻ അടുത്തുവന്ന് സങ്കടത്തോടെ നോക്കിനിൽക്കുന്നു. അവളുടെ പരുക്കുകൾ ശ്രദ്ധിക്കുന്നു.

ശെൽവൻ : (സഹതാപത്തോടെ) എങ്ങനെയുണ്ട് അമ്മാ?

നിവേദിത : (ചിരിക്കാൻ ശ്രമിച്ചുകൊണ്ട്)കൊഴപ്പമില്ല. ഇരിക്ക് (അടുത്തുള്ള സ്റ്റൂളിൽ ഇരിക്കാൻ ആംഗ്യം കാട്ടുന്നുണ്ടെങ്കിലും ഭവ്യതയോടെ തൊഴുതു നിൽക്കുകയാണ് അയാൾ...)

ശെൽവൻ : ഞങ്ങടെ ഊരില് വന്നിട്ട് അമ്മയ്ക്ക് ഇതുപോലെ... (കണ്ണ് തുടയ്ക്കുന്നു.)

നിവേദിത ചിരിച്ചുകൊണ്ട് സാരമില്ലെന്ന് ആംഗ്യം കാട്ടുന്നു.

തെല്ലുനേരം രണ്ടുപേരും എന്തോ ആലോചിച്ചു കൊണ്ടിരിക്കുന്നു. പെട്ടെന്ന് എന്തോ ഓർത്തതു പോലെ നിവേദിത നിവർന്ന് തലയിണയിൽ ചാരി ഇരിക്കുന്നു. അവളുടെ മുഖത്ത് വലിയ ഗൗരവമാണ്.

നിവേദിത : (തിടുക്കത്തിൽ എന്തോ നിശ്ചയിച്ചുറപ്പിച്ച പോലെ) ശെൽവൻ എന്റൊപ്പം നിൽക്കാമോ?

ശെൽവൻ : പറയൂ അമ്മാ. ഉങ്കള്ക്കാഹെ ഉയിര് കൊടുപ്പേൻ ഇന്ത ശെൽവൻ.

അയാളെ അടുത്തേക്ക് വിളിച്ച് താഴ്ന്ന ശബ്ദത്തിൽ എന്തൊക്കെയോ പറയുന്നു. (സംഭാഷണം വ്യക്തമല്ല). ഒന്നും പറയാതെ സമ്മതഭാവത്തിൽ തലയാട്ടി നിൽക്കുമ്പോൾ ശെൽവന്റെ മുഖത്ത് അത്ഭുതവും സന്തോഷവുമുണ്ട്.

ശെൽവൻ : (തൊഴുതു കൊണ്ട്) എല്ലാം അമ്മാ പറയണ മാതിരി. (തല ചൊറിഞ്ഞു കൊണ്ട്) അപ്പുറം എന്നോട് വേലൈ കാര്യം... വീട്ടില് അമ്മയിരിക്ക്, പാട്ടിയിരിക്ക്, തങ്കച്ചിമാര്...

നിവേദിത : നോക്കട്ടെ. ഇവിടെയല്ലെങ്കിൽ വേറെ എവിടെയെങ്കിലും...

ശെൽവൻ : പോതും പോതും. എങ്കെ വേണന്നാലും പോയിടറേൻ... പൊഴയ്ക്കരുതുക്ക് ഏതാവത് വേലൈ...

നിവേദിത മനസ്സിലായതുപോലെ തലയാട്ടുന്നു. അപ്പോഴേക്കും നഴ്സ് കടന്നുവന്ന് എന്തോ പറയുമ്പോൾ അയാൾ തിടുക്കത്തിൽ കടന്നു പോകുന്നു.

അമ്പത്

A surrealistic sequence. Psychadelic visuals indicating the tormented mind of Munuswamy. It is a hallucination of Munuswamy. His sick is travelling through unknown paths.

സന്ധ്യ. ഗ്രാമത്തിലൂടെ ഓടുകയാണ് മുനുസ്വാമി. കരിമ്പുവയലുകൾക്കിടയിലൂടെ, കുന്നു കയറി, കുന്നിറങ്ങി, പാതയിലൂടെ, കിതപ്പോടെ, നായ

അണയ്ക്കുന്നതു പോലെ അണച്ചുകൊണ്ട്, നാവ് നീട്ടി തളർന്നവശനായി അയാൾ ഒരു വയലിൽ കുഴഞ്ഞുവീഴുന്നു. കിടന്ന കിടപ്പിൽ വല്ലാതെ അണയ്ക്കുന്നതു കാണാം.

അമ്പത്തിയൊന്ന്

രാത്രി. മുനുസ്വാമിയുടെ വീട്. രണ്ടു പേർ മുനുസ്വാമിയെ അവശനിലയിൽ താങ്ങിപ്പിടിച്ചു കൊണ്ടുവരികയാണ്. കട്ടിലിൽ കൊണ്ടുപോയി കിടത്തുമ്പോൾ കാവേരി പരിഭ്രമത്തോടെ ഓടിവരുന്നു. ചെമ്പകവും അസ്വസ്ഥയാണ്. എന്തു പറ്റിയെന്ന് ചോദിക്കുമ്പോൾ വയലിൽ വീണുകിടക്കുകയായിരുന്നെന്ന് കൊണ്ടുവന്നവർ പറയുന്നു. എല്ലാവരും പകച്ചു നിൽക്കുകയാണ്. മുനുസ്വാമി വെള്ളം വേണമെന്ന് ആംഗ്യം കാട്ടുമ്പോൾ ചെമ്പകം ഓട്ടുമൊന്തയിൽ വെള്ളവുമായി വരുന്നു. ആർത്തിയോടെ വെള്ളം കുടിക്കുന്നു. വന്നവർ മടങ്ങിപ്പോകുന്നു.

കട്ടിലിൽ അവശനിലയിൽ മേൽത്തട്ടിലെ എട്ടുകാലിവലയിലേക്ക് നോക്കി കിടക്കുകയാണ് മുനുസ്വാമി. തൊട്ടടുത്ത് വന്നു ചേർന്നുനിന്ന് കാവേരി എന്തൊക്കെയോ ചോദിച്ചിട്ടും മറുപടിയില്ല. വിശപ്പുണ്ടോ എന്നു ചോദിക്കുമ്പോഴും തലയനക്കുന്നില്ല. അയാൾ ഈ ലോകത്തൊന്നുമല്ല എന്ന് സൂചന.

കുറച്ചു നേരം കാത്തുനിന്നിട്ട് കട്ടിലിനുതാഴെ പായ വിരിച്ചു ലൈറ്റണച്ചിട്ട് ഉറക്കെ മുരുകനെ പ്രാർത്ഥിച്ച് കാവേരി കിടക്കുന്നു.

അമ്പത്തിരണ്ട്

പകൽ. മുനുസ്വാമി ഒരു നീണ്ട യാത്രയ്ക്ക് ഒരുങ്ങുന്നതുപോലെ. വളരെ ക്ഷീണിതനാണ്. കുറെ ദിവസമായി താടി വടിച്ചിട്ടില്ല. അന്ന് ഡ്യൂട്ടിക്ക് കയറിയിട്ടുമില്ല. ഒരു കറുത്ത ഷർട്ടും കറുത്ത മുണ്ടുമാണ് വേഷം. നെറ്റി നിറയെ ഭസ്മം പൂശിയിട്ടുണ്ട്.

ഗെയിറ്റിൽ സെക്യൂരിറ്റിക്കാരൻ എന്തോ ചോദിക്കുമ്പോൾ മറുപടി പറയാതെ തിടുക്കത്തിൽ അകത്തേക്കു നടക്കുന്നു. ഓഫീസിൽ അയ്യർവാളുടെ മുറിയിൽ കയറാൻ നോക്കുമ്പോൾ വാതിൽക്കൽ ഇരിക്കുന്ന പ്യൂൺ തടയാൻ നോക്കുന്നു. അയാളെ തള്ളിമാറ്റിക്കൊണ്ട് അകത്തേക്കു കയറുന്നു.

പെട്ടെന്നുള്ള ആ വരവു കണ്ട് പകച്ചുപോയ അയ്യർവാൾ ചാടി എഴു ന്നേൽക്കുന്നു. ഒന്നും ഉരിയാടാതെ അല്പനേരം തൊഴുതുനിന്നിട്ട് പൊടുന്നനെ മുനുസ്വാമി അയാളുടെ കാൽക്കൽ വീഴുന്നു. കരയുന്നുമുണ്ട്.

അയ്യർവാൾ : (പരിഭ്രമത്തോടെ) എന്നായിത് മുനുസ്വാമീ. എന്നാച്ച്?

മുനുസ്വാമി : (തൊണ്ട ഇടറി) ഏതാവത് തപ്പ് പണ്ണിയാക്കാ മന്ദിച്ചിടുങ്കൊ അയ്യാ, നാങ്കൾ ഏഴൈകൾ... നീങ്കെ താൻ എനക്ക് വേല കൊടുത്ത പെരിയവർ... എനക്ക് കടവുൾ മാതിരി... എനക്ക് ഒങ്കളോട് ആശീർവാദം വേണം... കാപ്പാത്തുങ്കൊ, അയ്യാ, കാപ്പാത്തുങ്കൊ!

അയ്യർവാൾ : (അയാളെ പിടിച്ചേൽപ്പിച്ചു പുറത്തു തട്ടിക്കൊണ്ട് സമാധാനിപ്പിക്കാൻ ശ്രമിക്കുന്നു) തെരിയു മയ്യാ, തെരിയും. നീ റൊമ്പ നല്ലവൻ. ഏഴ കൾക്ക് ആണ്ടവൻ താൻ തുണൈ... പോയിട്, വീട്ടുക്ക് പോയിട് (പ്യൂണിനോട് പുറ ത്തേക്ക് കൊണ്ടുപോകാൻ ആംഗ്യം കാട്ടുന്നു. സൂക്ഷിക്കണമെന്നും സൂചി പ്പിക്കുന്നുണ്ട്. പ്യൂൺ അയാളെ പുറത്തേക്ക് പിടിച്ചുകൊണ്ടുപോകുന്നു.)

അമ്പത്തിരണ്ട് എ

കഴിഞ്ഞ രംഗത്തിന്റെ തുടർച്ച. ഓഫീസിന്റെ ഇടനാഴിയിലൂടെ നടക്കുക യാണ് മുനുസ്വാമി. പ്യൂൺ വിടാതെ കൂടിയിട്ടുണ്ട് പുറകിൽ. നിവേദിതയുടെ മുറിയിലേക്കു കയറാൻ നോക്കുമ്പോൾ ബലമായി തടഞ്ഞ് പുറത്തേക്ക് കൊണ്ടുപോകുന്നു.

മുറ്റത്തുകൂടി ആടിയാടി നടക്കുകയാണ് മുനുസ്വാമി. ആരൊക്കെയോ വന്ന് എത്തിനോക്കുന്നുണ്ട്. ഗെയിറ്റിലെ സെക്യൂരിറ്റിയെ ഏൽപ്പിച്ച് പ്യൂൺ മടങ്ങുന്നു. സെക്യൂരിറ്റിക്കാരൻ ആ വഴി വരുന്ന ഒരു ഓട്ടോറിക്ഷ കൈ കാട്ടി വിളിച്ചു നിറുത്തുന്നുണ്ടെങ്കിലും വേണ്ടെന്ന് ആംഗ്യം കാട്ടി മുനു സ്വാമി വേച്ചുവേച്ചു മുന്നോട്ടു നടക്കുന്നു.

അമ്പത്തിമൂന്ന്

പകൽ സന്ധ്യ. മുനുസ്വാമി പലയിടങ്ങളിലായി.... പെരുമാളിന്റെ വീട്ടിനു മുൻപിൽ.... അയാളും ഭാര്യയും പകച്ചുനിൽക്കുന്നു. അവിടന്ന് തൊഴു കൈയോടെ മടങ്ങുന്നു. അതുപോലെ വഴിയിൽ കാണുന്ന പരിചയക്കാരെയെല്ലാം തൊഴുന്നുണ്ട്. ചില കോവിലുകളുടെ നടയ്ക്കൽ നമസ്കരിച്ച് തെല്ലുനേരം അതേപടി കിടക്കുന്നു.

അമ്പത്തിമൂന്ന് എ

മുനുസ്വാമി ആളനക്കമില്ലാത്ത ഒരു ചെറിയ കോവിലിനു മുൻപിൽ കൈകൂപ്പി നിൽക്കുന്നു.

മുനുസ്വാമി : (കരഞ്ഞു കൊണ്ട്) എനക്ക് എതുക്ക് ഇന്ത ഉയിര്? ഏൻ ഉയിരെ എടുത്തുക്കോ മുരുഹാ... നാങ്കൾ ഏഴൈകൾ... എൻ രാജാവുക്ക് ഒരു വേലൈ! കാവേരിക്ക് കല്യാണം....ഏൻ ഉയിരെ എടുത്തുക്കോ മുരുഹാ... (പൊട്ടിക്കരഞ്ഞു കൊണ്ട് നടയ്ക്കൽ സാഷ്ടാംഗം നമസ്കരിക്കുന്നു)

അമ്പത്തിനാല്

രാത്രി.

മുനുസ്വാമിയുടെ വീടിന്റെ മുൻവശം. ചെമ്പകവും രാജയും പുറത്ത് കാത്തുനിൽക്കുകയാണ്. അയാളുടെ ഒരു വിവരവുമില്ല. ദൂരെ ഇരുട്ടിൽ നിന്ന് പട്ടികളുടെ കുര. ചീവീടുകളുടെ കരച്ചിൽ. ഒന്നും ഉരിയാടാനാകാതെ എല്ലാവരും മുഖത്തോടു മുഖം നോക്കുകയാണ്.

അമ്മ എന്തോ പറയുമ്പോൾ രാജാ സൈക്കിളെടുത്ത് തിരഞ്ഞു പോകാൻ തുടങ്ങുമ്പോൾ ഇരുട്ടിൽ ആരുടെയോ ഒക്കെ ശബ്ദം.

കുറ്റാക്കുറ്റിരുട്ടിൽനിന്ന് അവശനായി ആടിയാടി മുനുസ്വാമി നടന്നു വരുന്നു. പുറകെ പോയി അയാളെ കെട്ടിപ്പിടിച്ച് കാവേരി അകത്തേക്ക് കൊണ്ടുപോകുന്നു. അവൾ കരഞ്ഞുതളർന്നിട്ടുണ്ട്.

മുനുസ്വാമി വീണ്ടും കട്ടിലിൽ. ആരുമൊന്നും മിണ്ടുന്നില്ല. എല്ലാവരുടെയും നേർക്ക് ഒരു ശൂന്യമായ നോട്ടമെറിഞ്ഞ് മുകളിലേക്കു നോക്കി തൊഴുതു പിടിച്ചുകൊണ്ട് അയാൾ കണ്ണടച്ചു കിടക്കുന്നു.

കുറച്ചുനേരം കാത്തു നിന്നിട്ട് കാവേരി വാതിൽ കുറ്റിയിട്ട് കട്ടിലിനു താഴെ പായ വിരിച്ചു കിടക്കുന്നു.

അമ്പത്തിയഞ്ച്

കഴിഞ്ഞ രംഗത്തിന്റെ തുടർച്ച. പുറത്ത് എവിടന്നോ വരുന്ന അരണ്ട വെളിച്ചം മാത്രം. ഇരുട്ടിൽ കണ്ണുമിഴിച്ചു കിടക്കുകയാണ് കാവേരി. മുനുസ്വാമി കട്ടിലിൽ ഉറക്കം കിട്ടാതെ അങ്ങോട്ടുമിങ്ങോട്ടും തിരിഞ്ഞു കിടക്കുന്നതു കേട്ട് അവൾ ഇടയ്ക്ക് പായിൽ കുത്തിയിരുന്ന് ശ്രദ്ധിക്കുന്നുണ്ട്.

അല്പം കഴിഞ്ഞ് മുനുസ്വാമി ഉറക്കെ കൂർക്കം വലിക്കുന്നതുകേട്ട് അവളും മയങ്ങാൻ തുടങ്ങുന്നു.

അമ്പത്തിയാറ്

സന്ധ്യ. പൊതുനിരത്ത്.

കാവേരി നിരത്തിലൂടെ അലസമായി നടന്നുവരികയാണ്. പെട്ടെന്ന് എവിടെ നിന്നോ പളനിയും രാജയും ചെറുപ്പക്കാരുടെ ഒരു സംഘവും പ്രത്യക്ഷപ്പെടുന്നു. അവർ കാവേരിയെ ബലമായി കടന്നുപിടിച്ച് വായ പൊത്തിപ്പിടിച്ച് വലിച്ചിഴയ്ക്കുന്നു. അവൾ കുതറുന്നുണ്ടെങ്കിലും ഫലിക്കുന്നില്ല. അവരവളെ അടുത്തുള്ള ഒരു മുറിയിലേക്ക് തള്ളിക്കയറ്റുന്നു. വാതിൽ പുറത്തുനിന്ന് കുറ്റിയിടുന്നു. അവൾ അകത്തുനിന്ന് വാതിലിൽ തട്ടി വിളിക്കുന്നുണ്ടെങ്കിലും കേൾക്കാനാരുമില്ല.

അമ്പത്തിയേഴ്

സന്ധ്യ. മുനുസ്വാമിയുടെ വീട്.

തലൈക്കുത്തൽ രംഗം. ചെമ്പകവും ചില സ്ത്രീകളും ഇറയത്തിരുന്നുള്ള കൂട്ടപ്രാർത്ഥനയിലാണ്.

വീട്ടുമുറ്റത്ത് അവസാന ക്രിയയ്ക്കായി ഒരുക്കുകയാണ് മുനുസ്വാമിയെ. ഒരു മുളങ്കട്ടിലിൽ കണ്ണടച്ച് കിടക്കുകയാണ് അയാൾ. രണ്ടുമൂന്ന് പേർ ചുറ്റുംനിന്ന് കുടത്തിൽ വെള്ളം കോരിയൊഴിച്ച് കുളിപ്പിക്കുന്നു. മരണത്തെ മുന്നിൽ കണ്ടതുപോലെ മരവിച്ച മുഖം. ചുണ്ടുകൾ എന്തോ പ്രാർത്ഥന ചൊല്ലുന്നുമുണ്ട്. ഒടുവിൽ ഒരാൾ നെറ്റിയിൽ കനത്തിൽ ഭസ്മം പൂശുമ്പോൾ യാതൊരു വികാരവുമില്ലാതെ അയാൾ അനുസരിക്കുന്നു. കറുത്ത മുണ്ടുടുത്ത രണ്ടു പേർ ഇരുവശത്തു നിന്നും എണ്ണ തേപ്പിക്കുന്നു. അതേ കിടപ്പിൽ മന്ത്രിച്ചുകൊണ്ടു കിടക്കുകയാണ് മുനുസ്വാമി. എണ്ണ തേപ്പിച്ചതിനുശേഷം ഒരു പാത്രത്തിലുള്ള കരിക്കിൻവെള്ളം കുടിപ്പിക്കുകയാണവർ. ഒരാൾ വായ പൊളിക്കുമ്പോൾ മറ്റേയാൾ ഒഴിച്ചുകൊടുക്കുന്നു. കവിളിലൂടെ കുറെ വെള്ളം ഒലിച്ചുപോകുന്നുമുണ്ട്.

(കൂടി നിൽക്കുന്നവർ ഒരു ഭ്രാന്തമായ frenzyയിലാണ്. അതിനു ചേർന്ന പശ്ചാത്തല സംഗീതം.)

അമ്പത്തിയെട്ട്

സന്ധ്യ. പൊതുനിരത്ത്.

പെട്ടെന്ന് നിരത്തിൽ ഭയങ്കര ബഹളം. ശെൽവന്റെ നേതൃത്വത്തിൽ ഒരു സംഘം ചെറുപ്പക്കാർ പ്രതിഷേധ സ്വരത്തിൽ ശബ്ദമുണ്ടാക്കിക്കൊണ്ട് വരുന്നു. അവർ അങ്ങേയറ്റം ക്ഷുഭിതരാണ്. ചിലരുടെ കൈയിൽ കുറുവടികളും പന്തങ്ങളുമുണ്ട്.

അമ്പത്തിയൊമ്പത്

തുടർച്ച.

വീണ്ടും തലൈക്കുത്തൽ നടക്കുന്ന വീട്ടുമുറ്റം. ഓടിയടുക്കുന്ന ആൾക്കൂട്ടം. പളണിയെയും രാജയെയും തിരിച്ചറിഞ്ഞ് ചീത്തവിളിച്ചുകൊണ്ട് കൈകാര്യം ചെയ്യുന്നു. പിന്നീട് കർമ്മങ്ങൾ നടത്തുന്നവരുമായി സംഘട്ടനം. അവർ ഇരുട്ടിലേക്ക് ഓടിമറയുന്നു. ആൾക്കൂട്ടം മുനുസ്വാമിയെ പൊതിയുകയാണ്. ആകെ ഒച്ചയും ബഹളവുമാണ്. അതിനിടയിൽ ശെൽവൻ മുനുസ്വാമിയെ പിടിച്ചെഴുന്നേൽപ്പിക്കുന്നു. ആ ബഹളങ്ങൾക്കിടയിൽ നിന്ന് ഊരിച്ചാടി വല്ലാതെ അവശനായി പുറത്തുവരുന്ന മുനുസ്വാമി. ആൾക്കൂട്ടം അന്തംവിട്ട് നോക്കിനിൽക്കുന്നു.

അറുപത്

സന്ധ്യ.

മങ്ങിയ നാട്ടുവെളിച്ചമേയുള്ളൂ. വിജനമായ നാട്ടുവഴിയിലൂടെ അവശനായ മുനുസ്വാമി വേച്ചു വേച്ചു നടന്നു പോകുന്നു. ജീവിതത്തിൽ ഇനിയൊന്നും ബാക്കിയില്ലെന്ന മട്ടിൽ കാലുറയ്ക്കാതെ നടക്കുകയാണ്. തലൈക്കുത്തൽ രംഗത്തിൽ ധരിച്ചിരിക്കുന്ന ഒരു തോർത്ത് മാത്രമേയുള്ളൂ ശരീരത്തിൽ.

അറുപത്തൊന്ന്

സന്ധ്യ. മങ്ങിയ വെളിച്ചം മാത്രം.

അതേ നാട്ടുവഴി. മുറിയിൽനിന്ന് രക്ഷപ്പെട്ട കാവേരി 'അപ്പാ' എന്നു ഉറക്കെ കൂവിവിളിച്ചു കൊണ്ട് പുറകെ ഓടുന്നു. പക്ഷേ, മുനുസ്വാമിയെ കണ്ടെത്താനാവുന്നില്ല. ഒടുവിൽ ഒരു വളവിൽ അയാളെ കണ്ടുപിടിക്കുമ്പോഴേക്കും അയാൾ വളരെ മുമ്പിലായി കഴിഞ്ഞിരിക്കുന്നു. ആടിയാടി നടന്ന് അയാൾ ഇരുട്ടിൽ മറയുകയാണ്. (നീണ്ട സീക്വൻസ്.)

അറുപത്തിരണ്ട്

(സ്ക്രീനിൽ പതിയെ ഇരുട്ട് പരക്കുമ്പോൾ നേർത്ത സംഗീതം മാത്രം.)

ചിത്രത്തിന്റെ അവസാനം ദൃശ്യങ്ങൾക്കു മീതെ സ്ക്രോൾ ചെയ്യാവുന്നത്...

മീനാക്ഷിപ്പാളയത്തെ മുനുസ്വാമിയുടെ കഥ ഇവിടെ അവസാനിക്കുന്നില്ല....

തന്റെ ജീവനു മേലുള്ള അവകാശം തനിക്കു മാത്രമെന്ന് നിശ്ശബ്ദമായി പ്രഖ്യാപിക്കുകയാണ് അയാളിവിടെ.

ഇന്ന് കേരളത്തിലെ ജനസംഖ്യയുടെ അഞ്ച് ശതമാനത്തിലേറെപ്പേർ എഴുപതു വയസ്സിനു മീതെയുള്ളവരാണ്.

ഉപയോഗശൂന്യമായവയെ എറിഞ്ഞുകളയാൻ മടിക്കാത്ത ഇക്കാലത്ത് ഇവരുടെ സംരക്ഷണവും പരിപാലനവും ഉയർത്തുന്ന ചോദ്യങ്ങൾ നിരവധിയാണ്.

ഇനിയും ഉണ്ടാകാതിരിക്കട്ടെ ഇതുപോലത്തെ മുനുസ്വാമിമാർ.

■

ജലസമാധി
അഭിനേതാക്കളും അണിയറപ്രവർത്തകരും

സിനിമയ്ക്കു പുറകിൽ

- നിർമ്മാണം, സംവിധാനം : വേണു നായർ
- കഥ, തിരക്കഥ, സംഭാഷണം : സേതു
- ക്യാമറ : പ്രിജിത്ത്
- എഡിറ്റർ : പി.സി.റാം
- പ്രൊഡക്ഷൻ ഡിസൈൻ : എസ്.കെ. ഷിബുരാജ്
- ശബ്ദ സംവിധാനം : ഹരികുമാർ
- സംഗീതം : കിളിമാനൂർ രാമവർമ്മ
- കളറിസ്റ്റ് : മുത്തുരാജ്
- സഹനിർമ്മാതാവ് : ഗുർദീപ് കൗർ വേണു
- സംവിധാന സഹായികൾ : കുമാർ വെള്ളായണി
ഗിരീഷ് ചെങ്കവിള

പ്രധാന അഭിനേതാക്കൾ

- മുനുസ്വാമി : എം.എസ്.ഭാസ്കർ
- സൂപ്രണ്ട് അയ്യർവാൾ : വിഷ്ണുപ്രകാശ്
- പളനി : രഞ്ജിത്ത് ശേഖർ നായർ
- ശെൽവൻ : ശ്യാം കൃഷ്ണൻ
- മുത്തു : വഞ്ചിയൂർ പ്രവീൺകുമാർ
- രാജാ : അഖിൽ കൈമൾ
- ചന്ദ്രൻ നായർ : ഡോ.ബാലചന്ദ്രൻ
- പൊലീസ് ഇൻസ്പെക്ടർ : സന്തോഷ് കുറുപ്പ്

- പോലീസുകാരൻ : വേതാളം സന്തോഷ്
- നാട്ടുമൂപ്പൻ : രാജാജി രാജഗോപാൽ
- പെരുമാൾ : ശ്രീനിവാസ്
- നിവേദിത : ലിഖ രാജൻ
- ചെമ്പകം : സരിത
- കാവേരി : വർഷ
- അലമേലു : ആശാ രാജേഷ്

ജലസമാധി പ്രദർശിപ്പിച്ച അന്താരാഷ്ട്ര ഫിലിം ഫെസ്റ്റിവലുകളും പുരസ്കാരങ്ങളും

FILM FESTIVALS

1. Chatrapathi INTL FF, Pune
2. Third eye INTL FF, Mumbai
3. LIFT FF, United Kingdom
4. Ahmednagar INTL FF
5. Pick Ur Flick INTL FF, Haryana
6. Cinemalab, Columbia, South America
7. Kosice INTL FF, Slovakia
8. Under The Stars Film Festival, Bari, Puglia, Italy
9. Darbhanga INTL FF
10. White Unicorn INTL. FF, Kolkata
11. Crown Wood INTL. FF, Kolkata
12. Creation INTL FF CIFF, Los Angeles, United States
13. Eurasia Fest, Moscow
14. SFAAF Festival, Chile, South America
15. Cult Critic Movie Awards, Kolkata
16. White Unicorn INTL. FF, Kolkata
17. Eurasia INTL Monthly Festival, Moscow
18. International FF, Coimbatore
19. Druk Internatioal FF, Paro, Bhutan
20. World Film Carnival, Singapore
21. Real Time INTL. FF, Lagos, Nigeria

22. Green Chillies INTL FF, Gangtok, Sikkim
23. Filmmerra INTL FF, Delhi
24. Panjim INTL FF, Goa
25. Tagore INTL. FF, Bolpur, Shantiniketan
26. Indus Valley INTL. FF, Shimla
27. Ghum INTL. FF, Darjeeling
28. Holy Grail INTL. FF, Jerusalem
29. Pattaya INTL FF, Thailand
30. Sun Dance INTL FF, Jaisalmer
31. Old Monk INTL FF, Kathmandu, Nepal
32. Wonderland INTL FF, Sydney, Australia
33. Coimbatore INTL FF, Tirupur
34. LIFT FF, New York
35. Rosebud INTL FF, Kolkata
36. Istanbul Film Awards, Turkey
37. INTL FF, Dhaka, Bangladesh
38. Twilight Tokyo FF, Tokyo
39. Indo Americal INTL. FF of World Cinema, Mumbai
40. New Cinema - Lisbon Monthly FF, Portugal
41. Sweden Film Awards, Norbottens, Sweden
42. Mont. Blanc INTL. FF, Paris, France
43. Creator in Crisis, Singapore
44. Rome INTL. Movies Awards
45. Sardar Vallabhbhai Patel INTL FF, Surat
46. Bridgefest FF, Vancouver, Canada
47. Jharkhand INTL FF & Awards
48. Hollywood Blood Horror Festival, Los Angeles
49. Global Monthly Film Competition, Mumbai & Chennai
50. Port Blair INTL FF
51. Falcon INTL FF, London
52. Vesuvius INTL. FF. Italy

53. Sydney Lift Off FF, Sydney, Australia
54. Tehran INTL Cinefest, Iran
55. Florence Cinefest, Florence, Italy

AWARDS

PICK UR FLICK, GURGAON

CULT CRITIC MOVIE AWARDS, KOLKATA

CREATION INTL FF, LA, CALIFORNIA

- BEST DIRECTOR
- SOCIAL CONSCIENCE

DRUK INTERNATIONAL FF,PARO, BHUTAN

- BEST FILM - AUDIENCE CHOICE

SFAAF FESIVAL, CHILE

- BEST SOCIAL FEATURE
- BEST PRODUCER
- BEST ART DIRECTION
- DIRECTOR HONORABLE MENTION
- CINEMATOGRAPHY HONORABLE MENTION
- ORIGINAL SCORE HONORABLE MENTION
- EDITING HONORABLE MENTION

WORLD FILM CARNIVAL, SINGAPORE

- OUTSTANDING ACHIEVEMENT - NARRATIVE FEATURE

GREEN CHILI INTL FF, GANGTOK, SIKKIM

- OUTSTANDING ACHIEVEMENT - NARRATIVE FEATURE
- OUTSTANDING ACHIEVEMENT - BEST DIRECTOR

PATTAYA INTL FF, THAILAND

- OUTSTANDING ACHIEVEMENT - NARRATIVE FEATURE
- INDUS VALLEY INTL. FF, SHIMLA
- SPECIAL MENTION - CONCEPT

- BEST DIRECTOR - NARRATIVE FEATURE
- BEST SOUND DESIGN

TAGORE INTL. FF, BOLPUR, SHANTINIKETAN

- OUTSTANDING ACHIEVEMENT

GHUM INTL. FF, DARJEELING

- OUTSTANDING ACHIEVEMENT - NARRATIVE FEATURE
- OUTSTANDING ACHIEVEMENT - BEST DIRECTOR

PANJIM INTL FF, GOA

- OUTSTANDING ACHIEVEMENT - NARRATIVE FEATURE

HOLY GRAIL INTL. FF, JERUSALEM

- BEST FILM - NARRATIVE FEATURE
- SPECIAL MENTION - SCREENPLAY
- BEST DIRECTOR - NARRATIVE FEATURE

FILMERRA INTL FF, DELHI

- BEST FILM - SILVER - NARRATIVE FEATURE
- BEST DIRECTOR - FEATURE
- BEST ACTOR - FEATURE

OLD MONK INTL FF, KATHMANDU, NEPAL

- OUTSTANDING ACHIEVEMENT - NARRATIVE FEATURE
- OUTSTANDING ACHIEVEMENT - BEST DIRECTOR
- OUTSTANDING ACHIEVEMENT - CINEMATOGRAPHY

WONDERLAND INTL FF, SYDNEY, AUSTRALIA

- OUTSTANDING ACHIEVEMENT - NARRATIVE FEATURE

SUN DANCE INTL FF, JAISALMER

- OUTSTANDING ACHIEVEMENT - NARRATIVE FEATURE
- BEST DEBUT FILM MAKER
- BEST CINEMATOGRAPHY

ROSEBUD INTL FF, KOLKATA

- OUTSTANDING ACHIEVEMENT - NARRATIVE FEATURE

INTL FF, DHAKA, BANGLADESH

- OUTSTANDING ACHIEVEMENT - NARRATIVE FEATURE

TWILIGHT TOKYO FF, TOKYO

- OUTSTANDING ACHIEVEMENT - NARRATIVE FEATURE

ISTANBUL FILM AWARDS, TURKEY

- BEST FEATURE FILM

NEW CINEMA - LISBON MONTHLY FF

- BEST FEATURE FILM - HONORABLE MENTION

MONT. BLANC INTL. FF, PARIS, FRANCE

- BEST NARRATIVE FEATURE

ROME INTL. MOVIE AWARDS

- HONOURABLE MENTION

BRIDGEFEST FF, VANCOUVER , CANADA.

- BEST FEATURE FILM

HOLLYWOOD BLOOD HORROR FESTIVAL, LOS ANGELES.

- BEST FEATURE FILM

GLOBAL MONTHLY FILM COMPETITION, MUMBAI & CHENNAI

- BEST FEATURE FILM
- BEST DIRECTOR - FEATURE
- BEST ACTOR - FEATURE

FALCON INTL FF, LONDON

- BEST DEBUT FEATURE

PORT BLAIR INTL FF

- BEST INDIAN FEATURE FILM - SPECIAL JURY AWARD
- BEST DIRECTOR

ജലസമാധി

(മൂലകഥ)

പാതിരാത്രിക്ക്, നാലു പന്ത്രണ്ടിന്റെ ഷിഫ്റ്റും കഴിഞ്ഞ് മടങ്ങുകയായിരുന്നു മുനുസ്വാമി. സൈക്കിൾ കേടായിരിക്കുന്നു. അതു ശരിയാക്കാൻ അടുത്ത ശമ്പളം വരെ കാക്കേണ്ടിവരും. അരണ്ട നാട്ടുവെളിച്ചത്തിലൂടെ, വൃശ്ചികക്കുളിരിലൂടെ, നാലരമൈൽ നടന്നേ പറ്റൂ. പോത്തിക്കലുങ്ക് വരെ, ഒരു ഒന്നൊന്നര മൈൽ തന്റെ സൈക്കിളിന്റെ പിറകിലിരുന്ന് പോകാമെന്ന് പറഞ്ഞു കറുപ്പയ്യൻ.

നല്ല ഉശിരുള്ള പയ്യൻ. പി.യു. ചിന്നപ്പയുടെ ഏതോ പഴയ പാട്ടിന്റെ ഈണവും ഉറക്കെ മൂളിക്കൊണ്ട് കറുപ്പയ്യൻ ആഞ്ഞുചവിട്ടുമ്പോൾ എതിരെ തണുത്ത കാറ്റടിച്ചു കയറുന്നുണ്ടായിരുന്നു.

മൂക്കിന്റെ ഒരു തുള അടച്ചുപിടിച്ചാണ് കറുപ്പയ്യൻ ചിന്നപ്പയുടേയും സുന്ദരാംബാളിന്റേയുമൊക്കെ നിജമായ സ്വരം വരുത്തുക. പാട്ടുകളുടെ ഇടയ്ക്കൊന്ന് നിറുത്തി ചറുപിറാ എന്തെങ്കിലുമൊക്കെ പറഞ്ഞു വയ്ക്കുകയും ചെയ്യും. നടികർ തിലകത്തിന്റെ പ്രമാദമായ പേച്ചുകളെല്ലാം അവനു കാണാപാഠം. പക്ഷേ, പരാശക്തിയിലെ പേച്ചിനേക്കാൾ അവന് പ്രിയം മനോഹരയിലെ ചങ്ങല പൊട്ടിച്ച്, തൂണുകൾ വീഴ്ത്തിക്കൊണ്ടുള്ള ആ സ്പീച്ച് തന്നെ.

കൂർത്ത കല്ലുകൾ ചിതറിക്കിടക്കുന്ന വഴിയിലൂടെ, സീറ്റിൽ നിന്ന് ചന്തി തെല്ലൊന്ന് ഉയർത്തി, പാതിയെഴുന്നേറ്റ മട്ടിൽ വലിഞ്ഞു ചവിട്ടുമ്പോൾ ഈ ഉലകത്തിലെ ഏറ്റവും ഇണക്കമുള്ള വാഹനം തന്റെ സൈക്കിൾതന്നെയെന്ന് ഉറപ്പായിരുന്നു കറുപ്പയ്യന്. സ്വന്തം ഉടലുമായി അത്ര കണ്ടു പഴകിപ്പോയ വാഹനം. വേലാണ്ടിപ്പെട്ടിയിലെ മാട്ടുവേലയ്ക്ക് നൂറ് മണിക്കൂർ നിർത്താതെ സൈക്കിൾ ഓട്ടിയതിന്റെ പുകൾ അവനത്ര കാര്യമായി എടുത്തിട്ടില്ല ഇതേവരെ. മഴച്ചാറ്റലുള്ള പാതിരാത്രിയിൽ നൂറ് മണിക്കൂർ തികഞ്ഞപ്പോൾ ജനം ആർത്തുവിളിച്ചുകൊണ്ട് ചുറ്റും കൂടി. അപ്പോഴേക്കും പെറ്റമ്മ ഓടിയലച്ചു വന്ന്

നെഞ്ചത്തടിച്ചു വിളിച്ച്, പിടിച്ചിറക്കിയില്ലായിരുന്നെങ്കിൽ പിന്നെയും ആകാമായിരുന്നു ഒരു നൂറ് മണിക്കൂർകൂടി. അങ്ങനെ വേലാണ്ടി പ്പെട്ടിയിൽനിന്ന് കിട്ടിയ പെരുമയോടെ പിന്നീട് ജവ്വാദ്പെട്ടിയിൽ.

പോത്തിക്കലുങ്ക് കടന്നപ്പോൾ മങ്ങിയ നാട്ടുവെളിച്ചത്തിൽ, കൂറ്റൻ പുളിമരങ്ങളുടെ നിഴൽ മറയ്ക്കുന്ന ചെറിയൊരു തിരിവ് കാണായി. അവിടന്നങ്ങോട്ട് ഇറക്കമാണ്. ഇരുട്ടിന്റെ മാളത്തിലേ ക്കുള്ള വീതി കുറഞ്ഞ നാട്ടുപാത.

കറുപ്പയ്യൻ സൈക്കിളിൽനിന്ന് ഇറങ്ങാതെ കാലു കുത്തി നിന്നു. തലയിൽക്കെട്ടഴിച്ച് മുഖത്തേയും കഴുത്തിലേയും വിയർപ്പും മഞ്ഞും തുടച്ചുകളഞ്ഞു. മുനുസ്വാമി പുറകിലുള്ള സീറ്റിൽനിന്ന് വഴുതി യിറങ്ങി. ഈ തിരിവിൽനിന്ന് ഒരു മൂന്ന് മൈലോളം കിഴക്കോട്ട് വിടണം കറുപ്പയ്യന്റെ ഗ്രാമത്തിലേക്ക്. ഏതാണ്ട് അത്രതന്നെ ദൂരം വരും തന്റെ വീട്ടിലേക്കും.

സൈക്കിൾ ഒന്നു വെട്ടിത്തിരിഞ്ഞ് സ്റ്റാന്റിൽ നിർത്തി കറുപ്പയ്യൻ തിരിഞ്ഞുനിന്നു. അവൻ എന്തോ കാര്യമായി ആലോചിക്കുന്നതു പോലെ തോന്നി. ഒരു ബീഡി കത്തിച്ച് ആഞ്ഞുവലിച്ചിട്ട് അവൻ പതിഞ്ഞ സ്വരത്തിൽ പറഞ്ഞു.

‘‘നാൻ കൊണ്ടു വിടറേൻ അണ്ണേ!’’ വലിയ ശരീരമുണ്ടെങ്കിലും കിളിയുടെ കുരലാണ് അവന്.

വേണ്ടെന്ന് തലയാട്ടി മുനുസ്വാമി. ഈ പാതിരാത്രിക്ക് ഉരുളൻ കല്ലുകളുടെ മീതെക്കൂടി ഇനിയും ഒരു മൂന്ന് മൈലോളം സൈക്കിൾ ചവിട്ടുക; പിന്നീട് തിരിച്ചും. ചെറുപ്പമാണെങ്കിലും അവനും കാണില്ലേ രാപ്പണിയുടെ ക്ഷീണം.

കറുപ്പയ്യൻ വീണ്ടും സംശയിക്കുന്നതു പോലെ.

‘‘എനക്ക് കഷ്ടമൊന്നുമില്ലേ അണ്ണേ! നാൻ റെഡി.’’

‘‘വേണാ. നീ പോയി പടുത്ത് തൂങ്ക്’’

‘‘ഇന്ത ടൈമില് നീങ്ക ഇവ്വളവ് ദൂരം...?’’

‘‘അതുക്കെന്നടാ. തെരിഞ്ച വളി താനേ!’’

എത്രയോ പഴക്കമുള്ള വഴിയിൽ, തനിക്ക് തുണക്കാരനാകാൻ നോക്കുകയാണല്ലോ ഈ പയ്യൻ എന്നോർത്തപ്പോൾ മുനുസ്വാമിക്ക് ചിരി വന്നു.

എന്തോ പറയാനാഞ്ഞിട്ട് ഉടനെ പിൻവാങ്ങി, നിന്നു പരുങ്ങുക യാണ് കറുപ്പയ്യൻ.

‘‘വീട്ടുക്ക് പോടാ, കണ്ണേ.’’ മുനുസ്വാമി വലിയ വാത്സല്യത്തോടെ അവന്റെ പുറത്തു തട്ടി. ‘‘ഒന്നോട് പൊണ്ടാട്ടി കാത്തിട്ടിരിപ്പാങ്കെ. അതും പുതുപ്പെണ്ണ്.’’

''ഇല്ലാങ്കെ, കേളുങ്കോ അണ്ണേ! ഇതു കെട്ട കാലം. റൊമ്പ മോസമാന കാലം. നീങ്കെ തനിയെ പോക വേണാ.''

മുനുസ്വാമി അറിയാതെ ഒന്നു നടുങ്ങിപ്പോയി. ഇതുതന്നെയാണ് പ്ലാന്റിലെ ഏറ്റവും പഴയ കൂട്ടാളിയായ ജംബുവും പറഞ്ഞത്. ഒരിക്കലല്ല, പല തവണ.

''റൊമ്പ മോസമാന കാലം. ഗൗനിച്ചിടുങ്കോ അയ്യാ.'' വല്ലാതെ മുരത്ത ഒച്ചയാണ് ജംബുവിന്. കേൾക്കുമ്പോൾ ചെവിക്കകത്ത് ചൊറിഞ്ഞുവരും.

ചെറുപ്പകാലത്തേ വെളിയൂരുകാരോട് പുഴമണലിൽ കിടന്ന് ഗുസ്തി പിടിച്ച് ഉടൽ മുഴുപ്പിച്ച ജംബു ഒന്നിലും കുലുങ്ങാത്തവൻ. എന്തിലും കിട്ടേക്കിട്ടെ നിൽക്കാൻ കെൽപ്പുള്ളവൻ. പക്ഷേ, എന്തോ ഇപ്പോൾ ജംബുവിന്റെ ഒച്ചയിലും ചെറിയൊരു ഇടയിളക്കം.

കൂടുതലൊന്നും പറയാൻ നിൽക്കാതെ ജംബു പെട്ടെന്ന് ഒഴിഞ്ഞുമാറിയെങ്കിലും അയാൾ പറഞ്ഞതിന്റെ പൊരുൾ മുനുസ്വാമിക്ക് പിന്നീട് പിടികിട്ടി. ഈ ആടിമാസത്തിലെ ആദ്യത്തെ ചൊവ്വാഴ്ച തനിക്ക് അമ്പത്തൊമ്പത് വയസ്സ് തികഞ്ഞിരിക്കുന്നു.

ഇവിടെ അമ്പത്തൊമ്പത് വയസ്സ് വലിയൊരു വഴിത്തിരിവാകുന്നു.

കഴിഞ്ഞ പത്തുപന്ത്രണ്ട് വർഷങ്ങൾക്കുള്ളിൽ അമ്പത്തൊമ്പത് കഴിഞ്ഞ എട്ട് തൊഴിലാളികളാണ് മുങ്ങിമരിച്ചത്.

ഓരോരുത്തരും ചെന്നുവീണത് അവർക്കുതന്നെ പരിചയമില്ലാത്ത ഓരോ പൊട്ടക്കിണറുകളിൽ. അവരെ വിഴുങ്ങാനായി നിന്നത് കാറ്റും വെളിച്ചവും വീഴാത്ത ജലപ്പരപ്പിന്റെ ഇരുണ്ട അന്തമില്ലായ്മ.

ചുറ്റുമുള്ള ഊരുകളിലെ മുൾക്കാടുകൾ നിറഞ്ഞ വെളിമ്പറമ്പുകളിലായി എത്രയോ പൊട്ടക്കിണറുകൾ. ആഴമുള്ളവയും ആഴം കുറഞ്ഞവയും. ഒരു അമ്പത്തൊമ്പതുകാരനെ ഉൾക്കൊള്ളാനായി എത്ര ജലം വേണമെന്ന് ആരും കണക്കു കൂട്ടിയിട്ടില്ല. ആശയറ്റവരുടെ ഉടലുകൾ ഏറ്റുവാങ്ങുന്ന ജലവിതാനങ്ങൾക്ക് വീണ്ടുവിചാരം വേണ്ടിവരാറില്ല. വാസ്തുവിന്റെ കുഴപ്പമാണെന്ന് ആരോ പറഞ്ഞു. ഫാക്റ്ററിയുടെ പ്രധാന കെട്ടിടം നിൽക്കുന്നയിടം മുമ്പ് ചുടലപ്പറമ്പായിരുന്നെന്ന് വേറൊരാൾ കണ്ടെത്തി. ചെട്ടിയാന്മാർ തിടുക്കം പിടിച്ച് വാസ്തുക്കാരനെ കൊണ്ടുവന്ന് പ്രധാന ഗെയിറ്റിന്റെ സ്ഥാനം കിഴക്കേമൂലയിലേക്ക് മാറ്റിയപ്പോൾ ഓഫീസ് മാനേജർ അയ്യർവാൾ ഒന്നും പറഞ്ഞില്ല. ഒന്ന് ഇരുത്തിമൂളിക്കൊണ്ട് വെള്ളിയുടെ ചെല്ലപ്പെട്ടിയിൽ പതുക്കെ താളം പിടിക്കുക മാത്രം ചെയ്തു.

തൂവെള്ള നിറത്തിൽ, തടിച്ചുരുണ്ട് കാട്ടുപഞ്ഞി പോലത്തെ നീണ്ട മുടിയും, നരച്ച കട്ടിപ്പുരികങ്ങളുമുള്ള അയ്യർവാൾ.

ആരെങ്കിലും കിണറ്റിൽ വീഴുമ്പോഴാണ് ഗ്രാമത്തിലേക്ക് ദൂരെ ടൗണിൽനിന്ന് ഒരു വാഹനം വരിക. നിരപ്പില്ലാത്ത നാട്ടുവഴികളിലൂടെ ചരിഞ്ഞും ഞരങ്ങിയും വന്നെത്തുന്ന ആ പഴയ പൊലീസ് ജീപ്പ്. കഞ്ഞിപ്പശയുടെ പാടുകൾ മായാത്ത അയഞ്ഞ കുപ്പായങ്ങളുമായി ഉറക്കച്ചടവുള്ള പൊലീസുകാർ.

ആത്മഹത്യ തന്നെ. പൊലീസിന് ഒരിക്കലും സംശയമുണ്ടാവാറില്ല. ഇത് തർക്കൊലകളുടെ ഊര്. ഇവിടത്തുകാർ എപ്പോഴും ആശ്വാസം കണ്ടെത്തുന്നത് ജലസമാധികളിൽ.

നേരം ഒരുപാടായിരിക്കുന്നു.

''പോടാ കണ്ണേ!''

മയക്കത്തിൽനിന്ന് ഉണർന്നതു പോലെ മുനുസ്വാമി കറുപ്പയ്യന്റെ പുറത്തു തട്ടി. മഫ്ളർ തലയിൽ ചുറ്റിക്കെട്ടി, കോട്ടുവായിട്ടുകൊണ്ട് കറുപ്പയ്യൻ സൈക്കിളിൽ കയറി. ചക്രങ്ങൾ വീണ്ടും ഞരങ്ങി. പതിയെ തലയാട്ടി, പി.യു. ചിന്നപ്പയുടെ ചങ്ങാത്തവുമായി അവൻ ഇരുട്ടിലൂടെ പാതയിറങ്ങിപ്പോകുന്നത് നോക്കിനിന്നു മുനുസ്വാമി.

പിന്നെ മുനുസ്വാമി തിടുക്കത്തിൽ നടക്കാൻ തുടങ്ങി. നല്ല ക്ഷീണമുണ്ട്, ഉറക്കം വരുന്നുണ്ട്. ഇരുവശത്തും നിഴൽ വിരിച്ചു നിൽക്കുന്ന കൂറ്റൻ പുളിമരങ്ങൾക്കപ്പുറം ഒന്നും തെളിഞ്ഞു കാണാൻ വയ്യ. അരണ്ട വെളിച്ചത്തിൽ, തൊട്ടു മുമ്പിലായി ആ പഴയ നാട്ടുപാത. കാലുകൾക്ക് വഴി തെറ്റാറില്ല. എത്രയോ വർഷം താണ്ടിയ വഴി. ഫാക്റ്ററി വരുന്നതിനു മുൻപ് ചുറ്റും കരിമ്പിൻ തോട്ടങ്ങളായിരുന്നു. അന്ന് വഴിയെന്ന് പറയാൻ പാകത്തിന് ഒന്നുമില്ലായിരുന്നു. വീതി കുറഞ്ഞ ചില വരമ്പുകൾ മാത്രം.

ആവണിമാസത്തിലെ ഒരു പുലർച്ചയ്ക്ക് ഇരമ്പിപ്പാഞ്ഞു വന്ന മൂന്നു നാലു വണ്ടികളിൽനിന്ന് ഒരു കൂട്ടം പരദേശികൾ ചാടിയിറങ്ങിയത് ഓർമ്മ വരുന്നു. ഏതൊക്കെയോ വിചിത്രമായ മൊഴികൾ ഉരുവിട്ടിരുന്ന, പല തരക്കാരായ, കുറെ കൂട്ടർ. തരിശായിക്കിടന്നിരുന്ന കുന്നിൻപള്ളങ്ങൾ വെട്ടിത്തെളിച്ച് നിരപ്പാക്കിയത് എത്രയോ പെട്ടെന്നാണ്. ഭൂമി തുരന്നു പോകുന്ന കൂറ്റൻ യന്ത്രങ്ങൾ കീറിയ ചാലുകളിൽ കെട്ടിടങ്ങൾ പൊങ്ങി. അവയ്ക്ക് മുകളിൽ മിന്നിത്തിളങ്ങുന്ന മേൽക്കൂരകളായി, തടിച്ചു നീണ്ട പുകക്കുഴലുകളായി. പിന്നീട് നീണ്ട ലോറികളിൽ കൂറ്റൻ യന്ത്രങ്ങളുടെ വരവായി. രാപ്പകൽ വെട്ടവും വെളിച്ചവും ഒച്ചയും ബഹളവും തന്നെ. ആളനക്കമില്ലാതെ

കിടന്നിരുന്ന ആ കുന്നിൻ ചരിവ് ഏതോ പരലോക ശക്തികളുടെ പിടിയിൽ പെട്ടിട്ടെന്ന പോലെ പനിച്ചുതുള്ളി.

പിന്നീട് നീണ്ട കുഴലുകൾ മാനത്തേക്ക് പുക തുപ്പാൻ തുടങ്ങിയതോടെ പഴയ കരിമ്പിൻ തോട്ടങ്ങളെ ചുറ്റിപ്പറ്റിയുള്ള കാഴ്ചകൾ എല്ലാവരും മറന്നു.

നേർത്ത കാറ്റടിച്ചു കയറുന്നുണ്ടായിരുന്നു. ഒന്നു തുമ്മിയപ്പോൾ മുനുസ്വാമി കഴുത്തിലെ മഫ്ളറെടുത്ത് ചെവിയടച്ച് ചുറ്റിക്കെട്ടി. നെറുകയിലെ മുടി മുഴുവൻ പോയതിനുശേഷം തണുപ്പുകാലങ്ങളിൽ കമ്പിളിക്കുപ്പായങ്ങളുടെ വിലയറിയുന്നു.

ഇരുട്ടിന്റെ ആഴങ്ങളിൽനിന്ന് കുറുക്കന്മാർ ഓരിയിട്ടു. തലയ്ക്ക് തൊട്ടു മുകളിലൂടെ ഒരു കടവാതിൽ ചിറകടിച്ച് പറന്നുപോയപ്പോൾ മുനുസ്വാമി ഞെട്ടിപ്പോയി. മുമ്പിൽ ഒരു നിറം മങ്ങിയ ചേല പോലെ ആ നാട്ടുപാത. ഇരുവശത്തും പൊരുളറിയാത്ത ഇരുട്ടിന്റെ കട്ടിശ്ശീലകൾ.

ഒരു ടോർച്ച് കരുതാമായിരുന്നുവെന്ന് മുനുസ്വാമി ഓർത്തു. ബീഡിയെടുത്ത് കത്തിച്ച് ധൈര്യത്തിനുവേണ്ടി ഇരുട്ടിലേക്ക് നോക്കി ഉറക്കെയൊന്നു ചുമച്ചു. ആ ഒച്ച കുന്നിൻപള്ളങ്ങളിൽ തട്ടി ചീളുകളായി ചിതറി ഇരുട്ടിന്റെ പല കോണുകളിലേക്ക് തെറിച്ചുപോകുന്നതായി അയാൾക്കു തോന്നി. അയാൾ നടത്തത്തിന്റെ വേഗം കൂട്ടി.

പെട്ടെന്ന് പുറകിൽ എന്തോ അനക്കം കേട്ടതുപോലെ. മുനുസ്വാമി ഒന്നു ഞെട്ടി.

‘‘യാരടാ അങ്കെ?’’

അടിത്തട്ടിൽനിന്ന് ഒച്ച പൊങ്ങി. സ്വന്തം ശബ്ദത്തിന്റെ പരിചയക്കേടിൽ അയാളൊന്നു നടുങ്ങി.

അതോടെ കാലുകൾക്ക് വേഗം കൂടി. കാൽച്ചുവട്ടിൽനിന്ന് ഉരുളൻകല്ലുകൾ വഴുതിപ്പോകുകയാണ്. തെന്നിവീഴാതെ അമർത്തിച്ചവിട്ടി നീങ്ങുമ്പോൾ പഴകിപ്പോയ ചെരിപ്പിന്റെ വാറുകൾ വരിഞ്ഞുമുറുകി വേദനിക്കുന്നു. അയാൾ അറിയാതെ ഉറക്കെ വിളിച്ചുപോയി.

‘‘മുരുഹാ കാപ്പാത്തുങ്കോ.’’

മാനത്ത് മേഘക്കീറുകൾ നിരങ്ങിയെത്തിയപ്പോൾ ശേഷിച്ച നാട്ടുവെളിച്ചവും കൂടി ഇല്ലാതായി. ഇരുണ്ട നാട്ടുവഴികളിലൂടെ തന്റെ കാൽപ്പത്തികൾ താനേ നീങ്ങിപ്പോകുന്നത് മുനുസ്വാമി അറിഞ്ഞു. കൈകൾ നീട്ടിയെറിഞ്ഞ് ഉറക്കെ ശ്വാസം വലിക്കുമ്പോൾ ഒരു കരച്ചിൽ തികട്ടിവന്നു.

മുരുഹാ!

കിണറ്റിൽനിന്ന് പൊക്കിയെടുത്ത് പനയോലയിൽ കിടത്തിയ മുത്തുവിന്റെ മുഖം ഓർമ്മ വരികയായി. വെള്ളം കുടിച്ച് ചീർത്ത വയറ്. ചീർത്ത മുഖം. നെറ്റിയിൽ തലേന്നത്തെ കുങ്കുമത്തിന്റെയും ഭസ്മത്തിന്റെയും ശേഷിച്ച അടയാളങ്ങൾ.

വല്ലാതെ മിഴിച്ച കണ്ണുകളിലെ വിശ്വാസക്കുറവ്.

ആ വിശ്വാസക്കുറവാണ് തന്റെ പല രാത്രികളിലെയും ഉറക്കം കളഞ്ഞത്.

മുത്തുവിന്റെ തലയിലെ വലിയ മുറിവ് ചൂണ്ടിക്കാട്ടി കൂടിനിന്നവർ എന്തോ അടക്കം പറയുന്നുണ്ടായിരുന്നു. ചതവിനു ചുറ്റും ചോര കല്ലച്ചു കിടക്കുന്നുണ്ടായിരുന്നു.

ആൾക്കൂട്ടത്തിന്റെ കുശുകുശുപ്പ് കൂടിയപ്പോൾ മുത്തുവിന്റെ മകൻ അറുമുഖം മുന്നോട്ടുവന്ന് തിടുക്കത്തിൽ പറഞ്ഞു.

''കിണറ്റുക്കുള്ളെ പെരിയൊരു കല്ലിരുക്ക്. പാരുങ്കൊ.''

അത് ശരിയായിരുന്നു. ചെടിപ്പടർപ്പുകൾ കൊണ്ട് മൂടിയ കൽക്കെട്ടിനകത്ത് കൂർത്തൊരു കല്ല് ഉന്തിനിൽക്കുന്നുണ്ടായിരുന്നു.

അറുമുഖത്തിന്റെ മുഖവും കല്ലച്ചു കല്ലച്ചു നിന്നിരുന്നു. പാട കെട്ടിയ കണ്ണുകളിൽ ഒരു അന്തമില്ലായ്മ. അവന്റെ ഉള്ളിലെ തിരയിളക്കം കൂടിനിൽക്കുന്നവർക്ക് മനസ്സിലാക്കാമായിരുന്നു. ഇനി ആ കുടുംബത്തിന്റെ ഭാരം മുഴുവനും അവന്റെ തലയിലാണല്ലോ.

മുത്തുവിന്റെ ശരീരം കമ്പനി വക ആംബുലൻസിലേക്ക് കയറ്റുമ്പോൾ കരച്ചിൽ അടക്കാനായില്ല മുനുസ്വാമിക്ക്. അപ്പോൾ പിറകിൽനിന്ന് ആരോ തൊട്ടു.

കമ്പനി സൂപ്രണ്ട് അയ്യർവാളായിരുന്നു.

''അഴ വേണ്ടാ...'' അയ്യർവാളുടെ ശബ്ദം ശാന്തമായിരുന്നു. ''അവൻ എവളവോ പെരിയ ഭാഗ്യശാലി. ഇന്ത മാതിരിയൊരു ജലസമാധി അവാ കുടുംബത്തോട് പുണ്യം. ഇന്ത ഊരോട് പുണ്യം.''

എല്ലാവരും വലിയ ആദരവോടെ അയ്യർവാളുടെ മൊഴികൾ കേട്ടുനിൽക്കുകയായിരുന്നു.

ഒരു മാസത്തിനുള്ളിൽ അയ്യർവാളുടെ കൈയിൽനിന്ന് ജോലിക്ക് ചേരാനുള്ള കത്ത് കൈയിൽ കിട്ടുമ്പോൾ അറുമുഖം നിലത്തുനോക്കി നിൽക്കുകയായിരുന്നു. കണ്ണുകളിൽ അതേ മരവിച്ച ഭാവം. അയ്യർവാളും അവന്റെ മുഖത്ത് നോക്കിയതേയില്ല. ഒന്നും പറഞ്ഞതുമില്ല. വെള്ളിച്ചെല്ലം തുറന്നുവെച്ചിട്ട് ജനാലയ്ക്കൽ പോയി നീട്ടി

യൊന്ന് തുപ്പി... പുറത്തെ വെള്ളമണലിൽ ചോരനിറത്തിലുള്ള വട്ടങ്ങൾ തെളിഞ്ഞു.

കടലാസ് ഇരുകണ്ണുകളിലുമണച്ച് അലസമായ ഒരു വണക്കത്തോടെ അറുമുഖം തിരിഞ്ഞു നടക്കുമ്പോൾ ഒന്നിരുത്തി മൂളിക്കൊണ്ട് അയ്യർവാൾ അടുത്ത മുറുക്കിനുള്ള വട്ടംകൂട്ടുകയായിരുന്നു.

ദൂരെ എവിടെയോ പാതിരാക്കോഴി കൂകി. കരിമ്പിൻതോട്ടങ്ങളുടെ മറവിൽനിന്ന് ഒരു കുറുക്കൻ കുറുകെ ചാടി, ഇരുട്ടിലേക്ക് ഓടിമറഞ്ഞപ്പോൾ മുനുസ്വാമി നടുങ്ങി. ഒരു നിമിഷം തരിച്ചു നിന്നു. കാലുകൾ അനങ്ങുന്നില്ല. ഇരുട്ടും മഞ്ഞും കലർന്ന ഏതോ പശിമയിൽ കണ്ണുകൾ ഒട്ടിപ്പിടിച്ചതു പോലെ.

പുറകിൽ അടുത്തായി കരിയിലകൾ അനങ്ങുന്ന ശബ്ദം.

തെല്ലൊരു വിറയലോടെ മുനുസ്വാമി ചോദിച്ചു. തൊണ്ട അടയുന്നതു പോലെ.

''യാരങ്കെ?''

മറുപടിയില്ല. അനക്കം നിന്നിരുന്നു. ഒരു ഞെക്കുവിളക്ക് കുത്തിക്കെടുത്തിയതു പോലെ.

ആരോ പുറകിലുണ്ടെന്ന് ഉറപ്പാണ്. തിടുക്കത്തിൽ കാലുകൾ മുന്നോട്ടു നീക്കുമ്പോൾ മുനുസ്വാമി വല്ലാതെ കിതയ്ക്കുന്നുണ്ടായിരുന്നു. നെഞ്ചിനകത്ത് എന്തൊക്കെയോ എരിഞ്ഞു കയറുകയാണ്. ഇനിയും പാതി ദൂരം ബാക്കി. കൺവെട്ടത്തെങ്ങും വെളിച്ചമോ ആളനക്കമോ കാണുന്നില്ല. അലറി വിളിച്ചാൽ പോലും കേൾക്കാനാരുമില്ല.

പുറകിലെ അനക്കം ഒന്നുകൂടി തെളിഞ്ഞുകേൾക്കായി. തൊട്ടു പുറകിൽ കരിയിലകൾ ഞെരിയുന്നു.

മുനുസ്വാമി വെട്ടിത്തിരിഞ്ഞപ്പോഴേക്കും പുറകിൽ അടി വീണു കഴിഞ്ഞിരുന്നു. ആദ്യം പിൻകഴുത്തിൽ, പിന്നെ വലതുതോളിൽ.

തല കറങ്ങുകയാണ്. കണ്ണുകൾ മങ്ങുകയാണ്. ഉറക്കെ കരഞ്ഞു കൊണ്ട് എങ്ങോട്ടെന്നില്ലാതെ ഓടി. പുറകിൽ അടുത്തു വരുന്ന കാലൊച്ചകൾ, തല്ലിയലയ്ക്കുന്ന കാറ്റിനെതിരെ കൈ വീശിയെറിഞ്ഞു കൊണ്ട് പായുമ്പോൾ ഉരുളൻകല്ലുകളിൽ തെന്നി വീണു. പിടഞ്ഞെഴുന്നേറ്റു വീണ്ടും ഓടാൻ തുടങ്ങി.

കുറെ ദൂരം പുറകിൽ ആ കാലൊച്ചകൾ കേട്ടുവെന്ന് തോന്നി. പിന്നീട് ലേശം നാട്ടുവെളിച്ചമുള്ള ഒരു വഴിത്തിരിവിൽ അത് പെട്ടെന്ന് നിലച്ചപ്പോഴേക്കും ഒരു വെളിച്ചപ്പൊട്ടിനു മുമ്പിൽ അയാൾ കുഴഞ്ഞു വീണു കഴിഞ്ഞിരുന്നു.

വലിയൊരു മുഴക്കത്തോടെ എതിരെ വന്ന ബൈക്ക് ബ്രേക്കിട്ട് നിന്നു.

പിറ്റേന്ന് നട്ടുച്ചയ്ക്ക് മരയഴികൾ പാകിയ സ്വന്തം ജനലിന്റെ പരിചിതത്വത്തിലേക്ക് കണ്ണു മിഴിക്കുമ്പോൾ മുനുസ്വാമി കഴുത്തിലെ വേദനയറിഞ്ഞു. പുറംതോളിലെ വേദനയറിഞ്ഞു.

മകൾ കാവേരി കുരുമുളകിട്ട കട്ടൻചായയുമായി വന്നു. അവളുടെ വലിയ കണ്ണുകളിൽ ഭീതിയും അതിലേറെ സങ്കടവും.

അവൾ അയാളെ മുളങ്കട്ടിലിൽ ചാരിയിരുത്തി. ഓട്ടുഗ്ലാസ് ചുണ്ടോടടുപ്പിച്ചു.

''വലിക്കുതാ അപ്പാ?'' അവളുടെ തൊണ്ടയിടറി.

ഒന്നും പറയാനാകുന്നില്ല മുനുസ്വാമിക്ക്.

ഒരു കൊച്ചു അളുക്കിൽനിന്ന് ഏതോ കൊഴുപ്പുള്ള തൈലമെടുത്ത് പുരട്ടി, അവൾ അയാളുടെ കഴുത്തിലും തോളിലും മെല്ലെ തലോടാൻ തുടങ്ങി.

''വലിക്കുതാ അപ്പാ?'' കാവേരി വീണ്ടും ചോദിക്കുകയാണ്.

''ഇല്ലമ്മാ, ആനാലും കൊഞ്ചം മെദുവാ.'' ഇടതുകൈകൊണ്ട് അപ്പയുടെ മുടിയിലൂടെ വിരലോടിക്കുകയാണവൾ.

പൊടുന്നനെ മകളുടെ ശബ്ദം അയാൾ കേട്ടു.

''അപ്പാ ഇനി വേലയ്ക്ക് പോണാ!''

താനിനി ജോലിക്ക് പോകേണ്ടെന്ന്. മുനുസ്വാമി നടുങ്ങി.

''ഏൻ?''

''വേണാ, അവളവ് താൻ!''

''അപ്പുറം എന്നയെടുത്ത് സാപ്പിട പോറാ?''

ഉറക്കെയുള്ള ശബ്ദം. മുഖം തിരിക്കുമ്പോൾ വാതിൽക്കൽ മുഖം കറുപ്പിച്ച് തന്റെ പൊണ്ടാട്ടി.

ആ ശബ്ദത്തിലെ കനിവില്ലായ്മയിൽ മുനുസ്വാമി പകച്ചുപോയി.

''ഡ്യൂട്ടി മുടിഞ്ചാ ഒഴുങ്കാ വീട്ടുക്ക് വരാതെ നെറയെ തണ്ണി പോട്ട് എങ്കെയാവത് പോയി ചണ്ട പോട്ടാ ഇന്ത മാതിരി ഇരുക്കും...''

തന്റെ ഉള്ളിൽ എന്തൊക്കെയോ വരിഞ്ഞു മുറുകുന്നത് മുനുസ്വാമി അറിഞ്ഞു.

ഡ്യൂട്ടി കഴിഞ്ഞ് എവിടെയോ പോയി വഴക്കുണ്ടാക്കിയത്രെ. സൈക്കിൾ കേടായതുകൊണ്ട് ഇത്രയും ദൂരം തനിയെ നടന്നു പോന്നതാണെന്ന് പറഞ്ഞാൽ ആരും വിശ്വസിക്കില്ല, മകനടക്കം.

ആകെക്കൂടി ഇവൾ, ഈ കാവേരി മാത്രം.

എല്ലാമറിയുന്നവളുടെ ഇരുത്തത്തോടെ, ഒരമ്മയുടെ വാത്സല്യ ത്തോടെ കാവേരി അപ്പോഴും തൈലം പുരട്ടി മൃദുവായി തലോ ടുകയാണ്. അമ്മ പറയുന്നതൊന്നും കണക്കിലെടുക്കേണ്ടായെന്ന മട്ടിൽ അവൾ അയാളുടെ മുഖത്തുനോക്കി കണ്ണിറുക്കുന്നു.

അല്പം കഴിഞ്ഞ് കാവേരി ഗ്ലാസുമെടുത്ത് പോകുമ്പോൾ മുനു സ്വാമി പതിഞ്ഞ സ്വരത്തിൽ ചോദിച്ചു.

''ഓ അണ്ണാ എങ്കെ?''

കാവേരി അയാളുടെ മുഖത്ത് തറപ്പിച്ചു നോക്കി.

''എനക്ക് തെരിയാതപ്പാ. ഏതോ കോവിലില് എങ്കെയോ വേലൈ. നേറ്റു സായംകാലത്തുക്ക് അപ്പുറം പാക്കവേ ഇല്ലൈ.''

മുനുസ്വാമി ഒന്നമർത്തി മൂളി. കോവിലിൽ ഉത്സവത്തിന് പോകു മ്പോൾ അവന്റെ കൂട്ട് മുത്തുവിന്റെ മകൻ അറുമുഖം തന്നെയായി രിക്കും. സകല കെട്ട ശീലങ്ങളും അവൻ പഠിപ്പിച്ചു കൊടുത്തിരിക്കും.

അതേ കിടപ്പുതന്നെ കിടന്നു അഞ്ച് ദിവസം. കഴുത്തിലെ നീര് കുറയാതെ നിന്നപ്പോൾ ഒരു സന്ധ്യക്ക് ലേശം ചൂടുള്ളതുപോലെ തോന്നി കാവേരിക്ക്. അന്നു രാത്രി നന്നായി പനിക്കുകയും ചെയ്തു.

പിറ്റേന്ന് വൈദ്യർ വന്നു. കമ്പനി വേലക്കാരെ നോക്കാൻ പൊതുവെ മടിയുള്ള ആ പാരമ്പര്യവൈദ്യൻ ആദ്യമൊന്ന് മടി ച്ചെങ്കിലും പിന്നീട് കാവേരിയുടെ കണ്ണീരിനു മുമ്പിൽ കനിഞ്ഞു.

കമ്പനിയിലെ ചെറുപ്പക്കാരനായ ഡോക്ടർ തൊട്ടതിനും പിടിച്ച തിനുമൊക്കെ സൂചി കേറ്റി വെടക്കാക്കിയ ശരീരത്തിൽ തൊടാൻ തന്നെ അറപ്പാണ് അയാൾക്ക്. നാഡി പിടിച്ചു നോക്കി, കണ്ണും വായും നോക്കി പലവുരു തലയാട്ടി. ജ്വരത്തിനു കാരണം നീരിനേ ക്കാൾ കൂടുതൽ ഉള്ളിലെ പേടിയാണത്രെ. കൃഷ്ണതുളസിയുടെ നീര് കണ്ണിൽ വീഴ്ത്തി, അഞ്ച് നാളത്തേക്കുള്ള കഷായം കുറിച്ചു കൊടുത്തു. മൂന്ന് ദിവസത്തേക്കുള്ള പൊതിമരുന്നും.

''കവലപ്പെടാതെ, എല്ലാമെ സരിയായിടും.'' അയാൾ മുനു സ്വാമിയുടെ തോളത്തുതട്ടി ധൈര്യം കൊടുത്തു.

ഒന്നും പറയാതെ, ജാലകത്തിലൂടെ കാണാവുന്ന വെളിമ്പറമ്പു കളിലേക്ക് മിഴിച്ചു നോക്കി കിടക്കുകയായിരുന്നു മുനുസ്വാമി. ദൂരെ മാനത്തിന്റെ അതിരോളം പരന്നു കിടക്കുന്ന ചുവന്ന മണ്ണ്. അവിട വിടെയായി ഇരുണ്ട പുറ്റുകൾ പോലെ പൊന്തക്കാടുകൾ. കമ്പനിയിലെ

യന്ത്രങ്ങൾക്കിടയിൽ ഞെരുങ്ങി നിന്നപ്പോൾ കാണാൻ മറന്നു പോയ കാഴ്ചകൾ.

അടുത്ത കൊല്ലം പണിയിൽനിന്ന് പിരിയുന്നതോടെ ഈ കാഴ്ചകൾ തനിക്ക് സ്വന്തമാകുകയാണല്ലോ എന്നോർത്തപ്പോൾ അയാളുടെ ഉള്ള് കുളിർത്തു. പക്ഷേ, ഇനി കുടുംബത്തെ പോറ്റുന്ന തെങ്ങനെ?

വായ തെല്ലൊന്ന് തുറന്നുപിടിച്ചു ചെരിഞ്ഞുകിടന്നു മയങ്ങു കയാണ് മുനുസ്വാമി. വായയ്ക്ക് ചുറ്റും മുഴുപ്പുള്ള ഒരു മണിയനീച്ച വട്ടമിട്ട് പറക്കുന്നു. പുറത്ത് ഉച്ചവെയിൽ എരിഞ്ഞു കത്തുകയാണ്. വെളിമ്പറമ്പുകളിലൂടെ ഒരു നേർത്ത പൊടിക്കാറ്റ് അടിച്ചു കയറുന്നു.

പെട്ടെന്ന് എന്തോ ഒച്ച കേട്ട് മുനുസ്വാമി ഞെട്ടിയുണർന്നു. കട്ടി ലിന്റെ ഓരത്തായി ആരുടെയോ നിഴൽ കുനിഞ്ഞ് തന്റെ നേർക്ക് തന്റെ മുഖത്തുതന്നെ തറപ്പിച്ചുനോക്കുകയാണ്.

തന്റെ ഉടലിൽ വല്ലാത്തൊരു വിറ ഉറഞ്ഞു കൂടുന്നത് മുനുസ്വാമി അറിഞ്ഞു. കാഴ്ച തെളിഞ്ഞു കിട്ടുന്നില്ല. തലയ്ക്കകത്ത് വല്ലാ ത്തൊരു പുഴുക്കം.

''അപ്പാ നാൻ താൻ!''

മുനുസ്വാമി കൺപോളകൾ വിടർത്തിയെടുത്തത് നന്നേ പണി പ്പെട്ടാണ്. രാജയാണ്. കട്ടിലിന്റെ തലയ്ക്കൽ തിരുപ്പിടിച്ചുകൊണ്ട് അവൻ അപ്പായുടെ നീരു വെച്ച കഴുത്തിലേക്കുതന്നെ ഉറ്റു നോക്കുക യാണ്.

''വലിക്കുതാ അപ്പാ?''

മകൻ കഴുത്തിൽ വിരലമർത്തി നോക്കിയപ്പോൾ വേദന കൊണ്ട് പുളഞ്ഞെങ്കിലും മുനുസ്വാമി അവനെ തടഞ്ഞില്ല. എന്തൊക്കെയാ യാലും, ഇവനാണ് തന്നെ ആദ്യമായി അപ്പായാക്കിയത്. നാളെ തന്റെ ചിതയ്ക്കു കൊള്ളിവയ്ക്കേണ്ടവൻ. തന്റെ പല കെട്ട ശീല ങ്ങൾക്കും മാറ്റം വന്നത് ഇവന്റെ വരവോടെയാണെന്ന് പലരും പറഞ്ഞു. കുഞ്ഞുപ്രായത്തിൽ അവനെ കാണാൻ വലിയ അഴകായിരുന്നു. കറുത്തുരുണ്ട്, കൂട്ടുപുരികങ്ങളോടെ, എണ്ണമിനുപ്പുള്ള ഉടലോടെ.

നാട്ടുവഴക്കങ്ങളെല്ലാം മറന്ന് അവന്റെ കാതിൽ ഒരു പട്ടണപ്പേര് വിളിച്ചു. രാജാ! കേട്ടവർ മൂക്കത്ത് വിരൽ വച്ചെങ്കിലും തല ഉയർത്തി പറഞ്ഞു:

''ഇവൻ എനക്ക് രാശാമണി! എങ്ക കുലത്തുക്ക്, എങ്ക ഊരുക്ക് രാശാ.''

രാജായുടെ ശബ്ദം തൊട്ടടുത്ത്.

''തിരുപ്പി എന്നേക്ക് വേലയ്ക്ക് പോറായ് അപ്പാ?''

ഒന്നും ഉരിയാടാതെ, ജനാലയ്ക്കപ്പുറത്തെ വെളിമ്പറമ്പിലേക്കു തന്നെ നോക്കിക്കിടക്കുകയാണ് മുനുസ്വാമി. മകൻ മറുപടിക്കു വേണ്ടി കാത്തുനിൽക്കുകയായിരുന്നിരിക്കണം. തനിക്കൊന്നും പറയാനാകുന്നില്ലല്ലോയെന്ന് ഓർത്തപ്പോൾ മുനുസ്വാമിക്ക് തെല്ലും ഖേദം തോന്നിയില്ല. അന്നത്തെ സംഭവത്തിനുശേഷം പൊരുളറിയാത്ത വലക്കണ്ണികൾ കൊരുത്തു കൂടുന്നതു പോലെ തോന്നാറുണ്ട് മുനുസ്വാമിക്ക്.

അല്പം കഴിഞ്ഞ് തെല്ലൊരു ശബ്ദത്തോടെ വാതിൽ വലിച്ചടച്ച് അവൻ പോയതിനു ശേഷം കാവേരി തിടുക്കത്തിൽ ഓടിവന്നു.

''അണ്ണാ എന്നാ ശൊന്നാര്?'' അവൾ കിതപ്പോടെ ചോദിച്ചു.

ഒന്നുമില്ലെന്ന് മുനുസ്വാമി തലയാട്ടി.

''അവൻ പേച്ചെ നമ്പാതെ അപ്പാ. ഒടമ്പെ പാത്തുക്കൊ.''

മുനുസ്വാമി അപ്പോഴും വെറുതെ തലയാട്ടി.

''ഒടമ്പ് സരിയാകലെന്നാ വേലയ്ക്ക് പോക വേണാ.'' കാവേരി ആവർത്തിച്ചു.

പിന്നെയും ഒരാഴ്ച കഴിഞ്ഞാണ് മുനുസ്വാമി കമ്പനിയിൽ പോയത്. കഴുത്തിലെയും തോളിലെയും വീക്കം കുറഞ്ഞിരുന്നെങ്കിലും തലയനക്കുമ്പോൾ വല്ലാത്തൊരു വിങ്ങൽ ബാക്കിനിന്നു.

അയ്യർവാളുടെ മുമ്പിൽ തല താഴ്ത്തി, തൊഴുകൈയോടെ കുറെ നേരം അങ്ങനെ നിന്നു. കാട്ടുപഞ്ഞി പോലെ നരച്ച മുടിയും കട്ടിപ്പുരികങ്ങളുമുള്ള അയ്യർവാൾ. നെറ്റിയിലെ വീതിയുള്ള ഭസ്മക്കുറിക്ക് നടുവിൽ വലിയൊരു കുങ്കുമപ്പൊട്ട്. താഴെ പളുങ്കുമണികൾ പോലെ ഉരുളുന്ന വെള്ളാരങ്കണ്ണുകൾ. തനിക്കൊരു വാഴ്വ് തന്ന കൺകണ്ട ദൈവം.

അന്നത്തെ സംഭവത്തെപ്പറ്റി അയ്യർവാൾ കാര്യമായി എന്തെങ്കിലും തിരക്കുമെന്ന് കരുതിയിരുന്നെങ്കിലും അതൊന്നും ഉണ്ടായില്ല.

''എന്നാപ്പാ മുനുസ്വാമി, ഒടമ്പെല്ലാം എപ്പടിയിരുക്ക്?'' വളരെ ഒഴുക്കനായൊരു ചോദ്യം. കട്ടിപ്പുരികങ്ങളുടെ ഇടയിൽനിന്ന് ഒരെണ്ണം പിഴുതെടുക്കാൻ നോക്കുകയാണ് അയാൾ.

എത്രയോ വർഷങ്ങൾക്കുശേഷം അയ്യർവാൾ തന്റെ മുഖത്തേക്ക് ഉറ്റുനോക്കുന്നതുപോലെ.

തന്റെ കണ്ണുകൾ നീറുന്നത് മുനുസ്വാമി അറിഞ്ഞു. തൊണ്ട യ്ക്കകത്ത് എന്തോ കടയുന്നു.

''എല്ലാമെ മുരുഹൻ തുണൈ അയ്യാ!'' അയാളുടെ തൊണ്ടയിടറി.

''കെട്ട കാലം സാമീ, പാത്തു പോങ്കൊ.'' ദൂരെയെങ്ങോ നോക്കി ക്കൊണ്ട് അയ്യർവാൾ അലസമായി പറഞ്ഞു. പഴയ അധികാരസ്വരം അതിൽ ഇല്ലായിരുന്നു.

''മുരുഹൻ താൻ തുണൈ അയ്യാ!'' എന്ന് ആവർത്തിക്കുമ്പോൾ മുനുസ്വാമിയുടെ തൊണ്ടയിടറി.

അയ്യർവാളുടെ മുമ്പിൽ കുനിഞ്ഞുനിന്ന് അയാൾ തേങ്ങി ക്കരഞ്ഞു.

ഒച്ച കേട്ടിട്ടായിരിക്കണം ആരൊക്കെയോ വാതിൽക്കൽ വന്ന് എത്തിനോക്കുന്നതു കണ്ടു.

''സരി, സരീപ്പാ'' അയ്യർവാൾ തെല്ലൊരു വല്ലായ്മയോടെ എഴുന്നേറ്റു. ഏതോ ഈണം മൂളിക്കൊണ്ട് മുറുക്കാൻ ചെല്ലപ്പെട്ടിയിൽ താളം പിടിക്കാൻ തുടങ്ങി.

''സരീപ്പാ, പാത്ത് പോങ്കൊ.''

ഒരാഴ്ചത്തെ ലീവ് ചോദിക്കാനാണ് ചെന്നതെങ്കിലും അതു മാത്രം പറയാനായില്ല.

ഇത്തിരി കഴിഞ്ഞ് കണ്ണു തുടച്ചു പുറത്തിറങ്ങുമ്പോൾ വരാന്തയുടെ ഒരു കോണിൽ മുത്തുവിന്റെ മകൻ അറുമുഖം നിൽക്കുന്നത് കണ്ടു. അവൻ ചിരിച്ചതു കൂടിയില്ല. അതേ മരവിച്ച ഭാവം. അവനാണ് രാജയെ ചീട്ടുകളിസെറ്റിൽ ചേർത്തതെന്ന് നന്നായറിയാം. താൻ മുത്തുവിനെ കമ്പനിപ്പണി പഠിപ്പിച്ചപ്പോൾ മുത്തുവിന്റെ മകൻ തന്റെ മകനെ പഠിപ്പിച്ചത് ചീട്ടുകളിയും കള്ളുകുടിയും.

തലയും താഴ്ത്തി അയാൾ പുറത്തേക്ക് കടന്നു. ഗെയിറ്റിനടുത്ത ടൈം ഓഫീസിലെ സെക്യൂരിറ്റിക്കാരൻ ഗൂർഖയുടെ മുഖത്ത് ആ പഴയ ചിരി കണ്ടില്ല. കാണാത്ത മട്ടിൽ മുഖം തിരിക്കുന്നതു പോലെ.

വണ്ടിപ്പേട്ടയിലേക്ക് നടക്കുമ്പോൾ അമ്പത്തൊമ്പതാം വയസ്സിലെ ഗതികേടുകളെപ്പറ്റി മുത്തു പറയാറുള്ളത് ഓർമ്മ വന്നു. ഇനിയുള്ള ഒരു വർഷം ജീവിച്ചുതീർക്കാൻ വലിയ പാടുതന്നെ. അയ്യർവാളുടെ മുഖത്തു കണ്ട താത്പര്യമില്ലായ്മ കാവൽക്കാരൻ ഗൂർഖയിലെത്തു മ്പോൾ തെളിഞ്ഞ ഒഴിഞ്ഞുമാറലായി മാറുന്നു.

വീട്ടിൽ തിരിച്ചെത്തി ആരോടും ഒന്നും ഉരിയാടാതെ അയാൾ തന്റെ അഭയസ്ഥാനമായ കട്ടിലിലേക്ക് മടങ്ങി. അതേ വിയർപ്പു

നാറ്റമുള്ള കിടക്കവിരി. കടലയെണ്ണയുടെ മണം മൂക്കിലടിച്ചു കയറുന്നു.

ശാപ്പാട് എടുത്തു വച്ചിട്ടുണ്ടെന്ന് കാവേരി വന്നു പറഞ്ഞപ്പോൾ അയാൾ വേണ്ടെന്ന് ആംഗ്യം കാട്ടി. അപ്പോൾ അവളുടെ മുഖം വാടുന്നതുകണ്ടു.

‘‘എന്നാപ്പാ, പശിയില്ലയാ?’’ കാവേരി തൊട്ടടുത്ത് വന്നു ചേർന്നു നിൽക്കുകയാണ്. അവളുടെ മുഖം ചുവന്നു തുടുത്തിരിക്കുന്നു.

ഒന്നുമില്ലെന്ന് അയാൾ ആംഗ്യം കാട്ടി.

‘‘കമ്പനിയില് യാരാവത് ഏതാവത് ശൊന്നാരാ?’’

‘‘ഇല്ലൈ.’’

‘‘അപ്പുറം?’’

‘‘അപ്പുറം ഒണ്ണുമില്ലൈ, കണ്ണേ.’’

‘‘അന്ത ഡാക്കിട്ടറെ പാത്ത് ഊശി പോടണമാ.’’

കാവേരി അയാളുടെ മുഖത്തും തലയിലും മെല്ലെ തലോടുകയാണ്. കണ്ണീർ പുറത്തു കാണിക്കാതിരിക്കാൻ മുനുസ്വാമി കണ്ണുകൾ ഇറുകെ പൂട്ടി.

‘‘ഏൻപ്പാ അഴറേ?’’

കാവേരി അയാളുടെ താടിക്കു പിടിച്ചു കുലുക്കി.

അയാൾക്ക് താങ്ങാനായില്ല. പെട്ടെന്ന് തിരിഞ്ഞു മുഖം തലയിണയിൽ അമർത്തി അയാൾ പൊട്ടിക്കരഞ്ഞു.

കുറെക്കഴിഞ്ഞ് ഭാര്യ വന്ന് വിളിച്ചിട്ടും അയാൾ അനങ്ങിയില്ല. തലയിണയിൽ പൂണ്ടുപോയ അയാളുടെ മുഖം അവർക്കാർക്കും കാണാനായില്ല.

മുനുസ്വാമിയുടെ ഉള്ളിൽ അപ്പോഴും മുത്തുവായിരുന്നു. ആദ്യം കരിമ്പിൻതോട്ടങ്ങളിൽ കൂലിപ്പണിയായിരുന്നു മുത്തുവിന്. ഒരു ദിവസം അയാളെ മുടി വെട്ടിപ്പിച്ച്, കുളിപ്പിച്ച് ഒരു നീലക്കുപ്പായവുമിടീച്ച് അയ്യർവാളുടെ മുമ്പിൽ കൊണ്ടുവന്നു നിറുത്തിയ ദിവസം ഇപ്പോഴും മറക്കാനാവുന്നില്ല.

അയ്യർവാൾ വല്ലാതെ പ്രസാദിച്ചു നിന്ന ദിവസമായിരുന്നു അത്. ഒരാഴ്ച കഴിഞ്ഞ് വരാൻ പറഞ്ഞു. പിന്നീട് ചെന്നപ്പോൾ ആകെയൊന്ന് നോക്കിയിട്ട് അവിടെ കൂടിക്കൊള്ളാൻ പറഞ്ഞു. അതിനുള്ള കടലാസൊന്നും ചോദിക്കരുത്. കണ്ടും കേട്ടും നിന്നാ ചെട്ടിയാരോട് പറഞ്ഞ് ഒരു കടലാസ് വാങ്ങിത്തരാം.

മുത്തു നല്ല തഞ്ചമുള്ളവനായിരുന്നു. കണ്ടും കേട്ടുതന്നെ നിന്നു. എല്ലാവർക്കും പ്രിയപ്പെട്ടവനായി മാറി.

അതുകൊണ്ടുതന്നെ അവസാനനാളുകളിൽ അയാളിൽ പെട്ടെന്നു വന്ന മാറ്റം ആർക്കും മനസ്സിലാക്കാനായില്ല. കൊച്ചു നിഴലനക്കങ്ങളെപ്പോലും പേടിക്കാൻ തുടങ്ങിയ മുത്തു എല്ലാവരിൽനിന്നും അകലം കാക്കാൻ തുടങ്ങി. മൂടിക്കെട്ടിയ മുഖത്തോടെ സ്വന്തം പണിയിലേക്ക് ഒതുങ്ങിക്കൂടി. ഒച്ചയും അനക്കവും നന്നേ കുറവ്. ശൂന്യമായൊരു നോട്ടം എപ്പോഴും കണ്ണുകളിൽ. നന്നേ ചെറിയൊരു ശബ്ദം കേട്ടാൽ പോലും അയാൾ ഞെട്ടിത്തെറിക്കും.

എല്ലാ കെട്ടുകളും ഇറക്കിവയ്ക്കാൻ അയാൾക്ക് രണ്ട് അത്താണികളേ ഉണ്ടായിരുന്നുള്ളുവെന്ന് മുനുസ്വാമി ഓർത്തു. പത്ത് നാഴികയകലെ ഒരു കുറ്റിക്കാടിനടുത്തുള്ള മുരുകന്റെ കോവിൽ. പിന്നെ മുനുസ്വാമിയും. തന്നെക്കാൾ ആറേഴ് മാസത്തിന്റെ മൂപ്പുണ്ടെങ്കിലും താനയാൾക്ക് എന്നും മണിയണ്ണനായിരുന്നു.

ഒരു ദിവസം രാവിലെ കാണുമ്പോൾ മുത്തുവിന്റെ മുഖം വല്ലാതെ ചീർത്തിരുന്നു. ഉറക്കം വറ്റിയ കൺതടങ്ങൾ കറുത്ത് വീർത്തിരുന്നു.

മുനുസ്വാമി ചോദ്യഭാവത്തിൽ നോക്കിയപ്പോൾ മുത്തു പറഞ്ഞു.

‘‘പടുത്തിട്ടാൽ തൂക്കമേ വരാത്, മണിയണ്ണാ. തൂങ്കിയാൽ ഒരേ കെട്ട കനവ് താൻ.’’

കനവുകളിൽ അവനവനെ മാത്രം കാണുകയെന്നത് ഒരു മഹാശാപമാണെന്ന് മുത്തു പറഞ്ഞു. ഉറക്കത്തിൽ കാണുന്ന ചീത്തസ്വപ്നങ്ങളിൽ, കൊമ്പും വാലും കൂർത്ത പല്ലുകളുമായി മുത്തുവെന്ന മുത്തുക്കറുപ്പന്റെ പലവിധ രൂപങ്ങൾ. കനവുകളാണെങ്കിൽ പോലും തനിക്ക് കൊമ്പും വാലും മുളയ്ക്കുന്നത് അയാൾക്ക് താങ്ങാനായില്ല.

അതോടെ പുതിയ കോവിലുകൾ തേടിയുള്ള മുത്തുവിന്റെ അലച്ചിലുകൾ നീളുകയായി. പലരും പറഞ്ഞുകേട്ട വെളിയൂരുകളിലെ ഓരോ കോവിലുകൾ. അലട്ടലും സങ്കടവും നിറഞ്ഞ യാത്രകൾ. പക്കവും നാളുമൊപ്പിച്ച കുറെ വഴിപാടുകൾ. മാസശമ്പളത്തിന്റെ പാതിമുക്കാലും കോവിലുകളിൽ കൊണ്ടുപോയി തുലച്ചാൽ വീട്ടുചെലവുകൾ നടക്കുന്നതെങ്ങനെയെന്ന് പൊണ്ടാട്ടി പരാതിപ്പെട്ടത് മുനുസ്വാമിയോടായിരുന്നു. മുനുസ്വാമി മറുപടി പറഞ്ഞില്ല. മുത്തുവിനോട് ഒന്നും ചോദിച്ചതുമില്ല. ഇതുപോലെ കോവിലുകൾ തേടിപ്പോകേണ്ട കാലം തനിക്ക് വന്നേക്കുമെന്ന് ഉള്ളിലിരുന്ന് ആരോ ഓർമ്മപ്പെടുത്തിക്കൊണ്ടിരുന്നു.

പക്ഷേ, മരിക്കുന്നതിന് രണ്ടു നാൾ മുമ്പ് മുത്തുവിന്റെ പ്രകൃതത്തിൽ വലിയൊരു മാറ്റം കാണായി. മുഖത്ത് ആ പഴയ പിരിമുറുക്കമില്ലായിരുന്നു. കാന്റീനിന്റെ വരാന്തയിൽ പുകയില ചവച്ചുകൊണ്ട് നിൽക്കെ, അയാൾ പറഞ്ഞു:

''ഇനി നാൻ കോവിലുക്ക് പോകമാട്ടേ, മണിയണ്ണാ.''

''എന്നാപ്പാ?'''

''പോതും എല്ലാമെ പോതും!'' സ്വന്തം വിധിക്ക് കീഴടങ്ങിയവന്റെ നിർവികാരമായ മുഖം.

ആർക്കും മനസ്സിലാക്കാനാവാത്ത പ്രാചീനമായൊരു ശാന്തതയിൽ അയാളുടെ മുഖം വല്ലാതെ തെളിഞ്ഞു. ഏറെ നാളുകൾക്കു ശേഷം ആ പതിഞ്ഞ ചിലമ്പിയ ശബ്ദത്തിൽ ഓരോ നേരമ്പോക്കുകൾ പറഞ്ഞ് മുത്തു ചിരിച്ചു...

ആ പകൽ മുഴുവൻ മുനുസ്വാമി ആരോടും ഉരിയാടാതെ കട്ടിലിൽ ഉറങ്ങിയും ഉണർന്നും അങ്ങനെ കിടന്നു. ഇടയ്ക്കൊക്കെ മുകൾച്ചുമരിലെ പല്ലി എന്തൊക്കെയോ ചിലച്ചുകൊണ്ടിരുന്നു. പിന്നീടെപ്പോഴോ പകലിരുളുന്നതും തണുത്ത കാലൊച്ചകളുമായി രാത്രി കടന്നു വന്നതും അയാളറിഞ്ഞില്ല.

രാത്രി അത്താഴം കഴിക്കാനുള്ള നിർബന്ധം അയാൾ ഒഴിവാക്കിയത് കണ്ണുകൾ ഇറുകെ പൂട്ടി, മുഖം ചുമരിന്റെ നേർക്കു ചരിച്ചു വെച്ചുകൊണ്ടായിരുന്നു. ഇടയ്ക്ക് കാവേരിയുടെ ശബ്ദത്തിലെ സങ്കടവും ദേഷ്യവും ആവലാതിയുമൊക്കെ അയാൾ തിരിച്ചറിഞ്ഞു. എന്തു വന്നാലും അനങ്ങില്ലെന്ന് തീരുമാനിച്ച് അങ്ങനെ കണ്ണടച്ചു കിടക്കുമ്പോൾ തനിക്കും വേണ്ടെന്ന് കാവേരി വാശി പിടിക്കുന്നതും കേട്ടതായി നടിച്ചില്ല.

അന്ന് താൻ അപ്പാവിന്റെ മുറിയിലേ എന്ന് കാവേരി വാശി പിടിച്ചപ്പോൾ, ഒന്നും രണ്ടും പറഞ്ഞ് അമ്മയും മകളും തമ്മിൽ വലിയ വഴക്കായി. പിന്നീട് തന്റെ കട്ടിലിനരികിൽ കാവേരി പായ വിരിച്ചു കിടക്കുന്നതും ഇടയ്ക്കിടെയുള്ള അവളുടെ നിശ്വാസങ്ങളും അയാളറിഞ്ഞു.

മുറിക്കകത്തെ നനഞ്ഞ ഇരുട്ടിലേക്ക് തുറിച്ചുനോക്കിക്കൊണ്ട് അങ്ങനെ കിടക്കുമ്പോൾ ഏതോ വിചിത്രമായൊരു സുരക്ഷിതത്വത്തിന്റെ തോടിലേക്ക് താൻ ഒതുങ്ങിക്കൂടുന്നതായി മുനുസ്വാമിക്ക് തോന്നി.

അവസാന നാളുകളിൽ മുത്തുവിനെ ഏറ്റവും അലട്ടിയിരുന്നത് ഒരു സന്ന്യാസിയിൽനിന്ന് കിട്ടിയ ഉപദേശമായിരുന്നെന്ന് മുനുസ്വാമി

ഓർത്തു. ആളനക്കമില്ലാത്തൊരു കോവിലിൽ ഭജനമിരുന്നിരുന്ന, ഒരു നൂറ്റാണ്ടിന്റെ പഴക്കം തോന്നിക്കുന്ന ഒരു സന്ന്യാസി. പാപം ചെയ്യുന്നതു പോലെ നിന്ദ്യമാകുന്നു, മറ്റൊരാളുടെ പാപത്തിന് നിമിത്തമാകുകയെന്നത്, സ്വാമിജി പറഞ്ഞു. താൻ മൂലമുള്ള അന്യന്റെ പാപം നമ്മെ വേട്ടയാടുക എത്രയോ ജന്മങ്ങളിലൂടെ.

മുത്തുവിന്റെ ഉള്ളിൽ തറഞ്ഞു കിടന്നിരുന്ന വാക്കുകൾ. ഒരു പക്ഷേ, അയാൾക്ക് പാലിക്കാൻ കഴിയാതെ പോയ ഉപദേശം.

ഉറക്കം വരാതെ അപ്പാ തിരിഞ്ഞും മറിഞ്ഞും കിടക്കുമ്പോൾ കട്ടിൽ ഞരങ്ങുന്നതു കേട്ട് കണ്ണു മിഴിച്ച് കിടക്കുകയായിരുന്നു കാവേരി. അവൾക്ക് തീരെ ഉറങ്ങാനായില്ല. അപ്പായുടെ ഇനിയുള്ള രാവുകൾ ഉറക്കമില്ലാത്തവയാകുമോയെന്ന് അവൾ ഭയപ്പെട്ടു. ഒരു പക്ഷേ, മുത്തുമാമാവിന്റേതുപോലെ തീർത്ഥാടനത്തിന്റെ സങ്കടം നിറഞ്ഞ അലച്ചിലുകളാവും ഇനി. ഒരു കോവിലിന്റെ സാന്ത്വനത്തിൽനിന്ന് മറ്റൊന്നിലേക്ക്.

അപ്പോഴേക്കും മുനുസ്വാമി നന്നേ ആഴം കുറഞ്ഞ ഒരു മയക്കത്തിലേക്ക് വഴുതി വീണുകഴിഞ്ഞിരുന്നു. അയാൾ ഉറക്കെ കൂർക്കം വലിക്കുന്നതും കേട്ട് കാവേരി പതിയെ കണ്ണുകളടച്ചു.

മുനുസ്വാമിയാകട്ടെ, അപ്പോൾ തന്റേതായ കനവുകളിലൂടെ അലയുകയായിരുന്നു. പക്ഷേ, അന്നേരം അയാളുടെ കനവുകളിൽ കടന്നുവന്നിരുന്നത് മുത്തു പറയാറുണ്ടായിരുന്ന ആളൊഴിഞ്ഞ കോവിലുകളായിരുന്നില്ല. ആഴമറിയാത്ത ചില കിണറുകളുയിരുന്നു.

നിരനിരയായി നീങ്ങിവരുന്ന കിണറുകൾ. പല വലിപ്പത്തിലും വാവട്ടത്തിലുമായി കിണറുകൾ. ആ കിണറുകളുടെ ആഴങ്ങളിൽ നിന്ന് മറ്റേതോ ലോകത്തിൽനിന്നെന്നപോലെ വരുന്ന ചില പ്രാകൃത ശബ്ദങ്ങൾ. കരിങ്കല്ലുകെട്ടിയ ചുറ്റുകളോട് കാത് ചേർത്തുവയ്ക്കുമ്പോൾ വെള്ളപ്പാളികളോടൊപ്പം ഇളകിമറിയുന്ന ഒരു വേറിട്ട ഒച്ച കേൾക്കാനാകുന്നു.

ആരോ ഉറക്കെ വിളിക്കുകയാണ്.

“മണിയണ്ണേ...”

ഒരു വിറയലോടെ മുനുസ്വാമി ആ ചിലമ്പിയ ശബ്ദം തിരിച്ചറിഞ്ഞു.

“മണിയണ്ണേ...”

അത് മുത്തുവിന്റെ ശബ്ദംതന്നെ. തന്റെ പ്രിയപ്പെട്ട മുത്തു.

പൊടുന്നനെ അയാൾ കണ്ണ് തുറന്നു. നാലുചുറ്റും പകച്ചു

നോക്കിയിട്ട് കട്ടിലിൽ ചമ്രം പടിഞ്ഞിരുന്ന് കണ്ണുകളടച്ച് പതിയെ പ്രാർത്ഥിക്കാൻ തുടങ്ങി.

പാതിരാവിലെപ്പോഴോ, ഒരു ശബ്ദം കേട്ട് കാവേരി ഞെട്ടിയുണർന്നു. അങ്കലാപ്പോടെ അവൾ നാലുചുറ്റും നോക്കി. ജാലകത്തിലൂടെ കടന്നുവരുന്ന അരണ്ട നിലാവിൽ അപ്പായുടെ കട്ടിൽ ഒഴിഞ്ഞു കിടക്കുന്നത് അവൾ കണ്ടു.

''അപ്പാ!'' അവൾ അലമുറയിട്ടു.

മുടി വാരിച്ചുറ്റി, അമ്മയെ കുലുക്കിയെഴുന്നേൽപ്പിച്ച് അവൾ പുറത്തേക്കോടി.

നരച്ച ഇരുട്ടിലൂടെ, അനക്കമറ്റ വെളിമ്പറമ്പിലേക്ക് അവളുടെ നോട്ടം കടന്നുചെന്നു.

അവിടെയെങ്ങും ആരുമില്ലായിരുന്നു.

''അപ്പാ...!'' അവൾ വീണ്ടും നീട്ടിവിളിച്ചു.

അതിന് മറുപടിയായി ഇരുട്ടിന്റെ അകലങ്ങളിൽനിന്ന് ഒരു കുറുക്കൻ ഓരിയിട്ടു. പിന്നീട് അത് ഏറ്റുപിടിക്കാൻ മറ്റു കുറുക്കന്മാരെത്തി.

പിന്നീടുള്ള തന്റെ തൊണ്ടകീറിയുള്ള കരച്ചിൽ മുഴുവനും കുറുക്കന്മാരുടെ ഓരിയിൽ മുങ്ങിപ്പോയത് കാവേരി അറിഞ്ഞില്ല. കുറുക്കന്മാരുടെ വലിയൊരു സംഘം അപ്പോഴേക്കും ആ ഗ്രാമത്തിന്റെ നേർക്ക് നീങ്ങിത്തുടങ്ങിയിരുന്നു.

■

ജലസമാധി:
ചലച്ചിത്ര നാൾവഴികളിലൂടെ

അയ്യർവാളും മുനുസ്വാമിയും
(സിനിമാരംഗത്തിൽനിന്ന്)

ഭാസ്കറിനൊപ്പം

വിഷ്ണുപ്രകാശ് & ഭാസ്കർ
(സിനിമാരംഗത്തിൽ നിന്ന്)

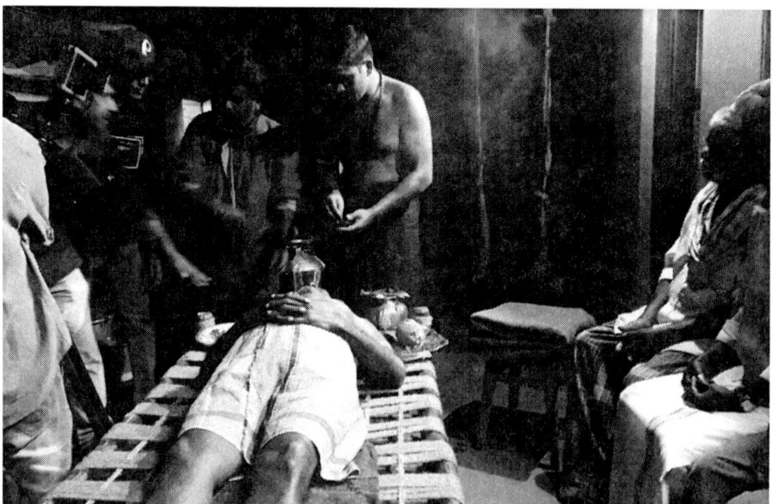

തലൈക്കൂത്തൽ
(സിനിമാരംഗത്തിൽ നിന്ന്)

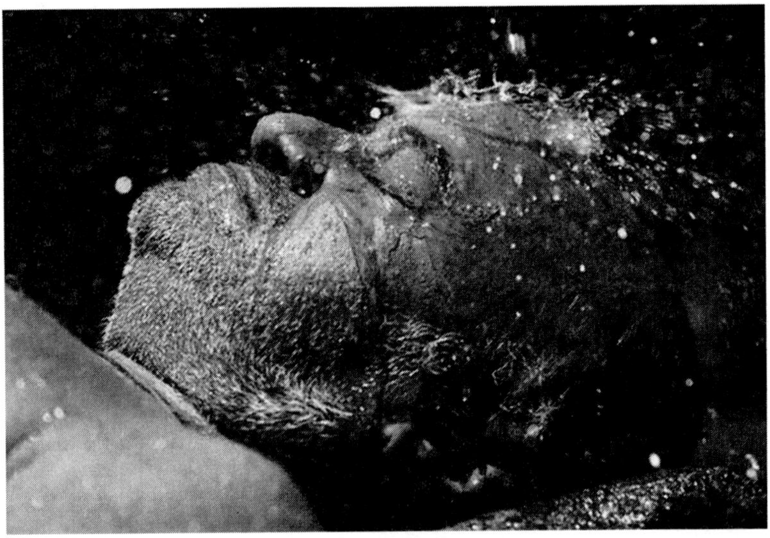

തലൈക്കുത്തൽ ചടങ്ങ്
(സിനിമാ രംഗത്തിൽ നിന്ന്)

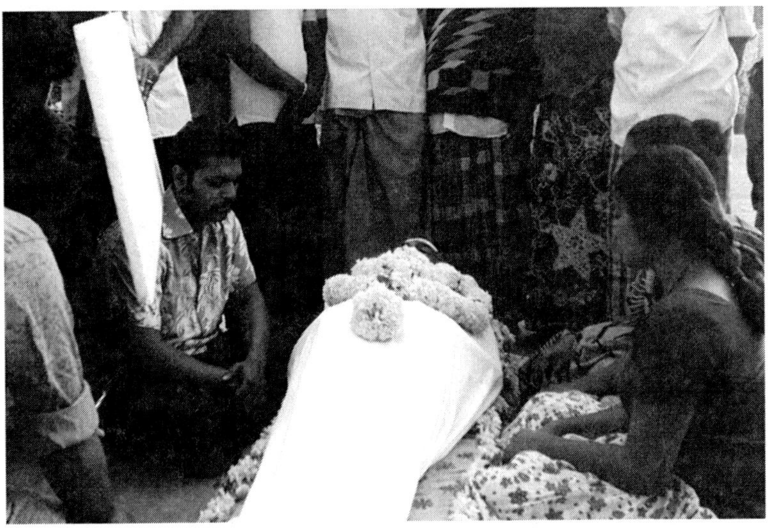

സിനിമാരംഗത്തിൽ നിന്ന്

ജലസമാധി സിനിമയിലെ അവസാന രംഗം

ലിഖ രാജനുമൊപ്പം

തിരുവനന്തപുരത്തു നടത്തിയ ജലസമാധിയുടെ ഫിലിം പ്രിവ്യൂവിൽ ശ്രീകുമാരൻ തമ്പി സംസാരിക്കുന്നു,

നടീനടന്മാർക്കും സിനിമാപ്രവർത്തകർക്കുമൊപ്പം

സിനിമാപ്രവർത്തകർക്കും നടീനടന്മാർക്കുമൊപ്പം